ஓரிரு எண்ணங்கள்

கிழக்கு பதிப்பக வெளியீடுகளாக சுஜாதாவின் புத்தகங்கள்

மீண்டும் ஜீனோ
நிறமற்ற வானவில்
நில்லுங்கள் ராஜாவே
தீண்டும் இன்பம்
ஆஸ்டின் இல்லம்
அனிதாவின் காதல்கள்
நைலான் கயிறு
24 ரூபாய் தீவு
அனிதா இளம் மனைவி
கொலை அரங்கம்
கமிஷனருக்கு கடிதம்
அப்ஸரா
பாரதி இருந்த வீடு
மெரீனா
ஆர்யபட்டா
என் இனிய இயந்திரா
காயத்ரி
ப்ரியா
தங்க முடிச்சு
எதையும் ஒருமுறை
ஊஞ்சல்
ஓரிரவில் ஒரு ரயிலில்
மீண்டும் ஒரு குற்றம்
விக்ரம்
ஆ..!
நில், கவனி, தாக்கு!
வாய்மையே சில சமயம் வெல்லும்
வசந்த காலக் குற்றங்கள்
சிவந்த கைகள்
ஒரே ஒரு துரோகம்
இன்னும் ஒரு பெண்
6961
ஜோதி
மாயா
ரோஜா
ஓடாதே
மேற்கே ஒரு குற்றம்
விபரீதக் கோட்பாடு
ஐந்தாவது அத்தியாயம்
மலை மாளிகை
விடிவதற்குள் வா
மூன்று நாள் சொர்க்கம்
பத்து செகண்ட் முத்தம்
கம்ப்யூட்டர் கிராமம்
இளமையில் கொல்
மேகத்தை துரத்தியவன்
ஒரு நடுப்பகல் மரணம்
நகரம்
இதன் பெயரும் கொலை
மண்மகன்
தப்பித்தால் தப்பில்லை
விழுந்த நட்சத்திரம்
முதல் நாடகம்
ஆட்டக்காரன்
ஜன்னல் மலர்
என்றாவது ஒரு நாள்
வைரங்கள்
மேலும் ஒரு குற்றம்
சொர்க்கத் தீவு
கனவுத் தொழிற்சாலை
ஆயிரத்தில் இருவர்
பதினாலு நாட்கள்
உள்ளம் துறந்தவன்
பிரிவோம் சந்திப்போம்
கரையெல்லாம் செண்பகப்பூ
இரண்டாவது காதல் கதை
நிர்வாண நகரம்
குருபிரசாதின் கடைசி தினம்
இருள் வரும் நேரம்
திசை கண்டேன் வான் கண்டேன்
ஆழ்வார்கள் - ஓர் எளிய அறிமுகம்
தேடாதே
விருப்பமில்லாத் திருப்பங்கள்
கை
விரும்பிச் சொன்ன பொய்கள்
ஆதலினால் காதல் செய்வீர்
நூற்றாண்டின் இறுதியில் சில சிந்தனைகள்
அப்பா, அன்புள்ள அப்பா
மிஸ். தமிழ்த்தாயே, நமஸ்காரம்!
சிறு சிறுகதைகள்
வாரம் ஒரு பாசுரம்
வானத்தில் ஒரு மௌனத்தாரகை
கடவுள் வந்திருந்தார்
அனுமதி
ஓலைப் பட்டாசு
சேகர், சிங்கமய்யங்கார் பேரன்
கம்ப்யூட்டரே ஒரு கதை சொல்லு
டாக்டர் நரேந்திரனின் வினோத வழக்கு
நிஜத்தைத் தேடி
பாதி ராஜ்யம்
சில வித்தியாசங்கள்
21ம் விளிம்பு
சின்னச் சின்னக் கட்டுரைகள்
ஜீனோம்
கற்பனைக்கும் அப்பால்
மனைவி கிடைத்தாள்
மத்யமர்
ஓரிரு எண்ணங்கள்
ரயில் புன்னகை
தோரணத்து மாவிலைகள்
விவாதங்கள் விமர்சனங்கள்

ஓரிரு எண்ணங்கள்

சுஜாதா

கிழக்கு

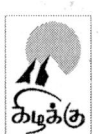

ஒரிரு எண்ணங்கள்
Oriru Ennangal
by *Sujatha*
Sujatha Rangarajan ©

First Edition: April 2017
168 Pages
Printed in India.

ISBN 978-81-8493-726-8
Kizhakku - 983

Kizhakku Pathippagam
177/103, First Floor,
Ambal's Building, Lloyds Road,
Royapettah, Chennai - 600 014.
Ph: +91-44-4200-9603
Email : support@nhm.in
Website : www.nhm.in

kizhakkupathippagam
kizhakku_nhm

Kizhakku Pathippagam is an imprint of New Horizon Media Private Limited.

This book is sold subject to the condition that it shall not, by way of trade or otherwise, be lent, resold, hired out, or otherwise circulated without the publisher's prior written consent in any form of binding or cover other than that in which it is published and without a similar condition including this the rights under copyright reserved above, no part of this publication may be reproduced, stored in or introduced into a retrieval system, or transmitted in any form or by any means (electronic, mechanical, photocopying, recording or otherwise), without the prior written permission of both the copyright owner and the above-mentioned publisher of this book.

தியாகராஜ ஆராதனை உற்சவம் என்பது ஒரு தனி மிருகம். அதில் பாட்டைவிட இரைச்சல்தான் அதிகம். அது ஒரு வருஷாப்திகம். கொஞ்ச நஞ்சம் இருக்கும் அற்புதமான பாடகர்கள் டிசம்பரில் ஓவராக பாடி, தொண்டை வறண்டு கடைசியில், 'ஏண்டாப்பா பாடினோம், ஏண்டாப்பா கேட்டோம்' என்று ஆக்கிவிடு கிறார்கள். ஒரு அழியும் கலைக்கு உண்டான அத்தனை அடையாளங்களும் உள்ளன - கர்நாடக சங்கீதத்துக்கு!

1

காஞ்சனா தாமோதரனின் சிறுகதைத் தொகுப்பை வெளியிட மேடையில் தமிழ்ச் சிறுகதை இலக்கியத்தின் அத்தனை நவீன சிற்பிகளும் கொத்தனார்களும் வீற்றிருந்தார்கள். நான் கொஞ்சம் தாமதமாகச் சென்று கடைசி இருக்கையில் உட்கார்ந்து கொண்டேன். ரொம்பநாள் கழித்து ஓர் இலக்கியக் கூட்டத்தில் கடைசியில் உட்கார்கிறேன். மக்களின் அலுப்புகளும், ஆர்வங்களும் உபவியாக்கியானங்களும் உடனே தெரிகின்றன. ஒரு புத்தகத்தை வெளியிட இசைந்தால், அதை ஓரிரு பக்கங்களாவது படித்துவிட்டுத்தான் சம்மதிக்க வேண்டும் என்று நான் எண்ணிக் கொண்டிருந்தேன். அது தேவையில்லை என்று தெளிவாகத் தெரிந்தது.

சிலர் புத்தகத்தின் பின் அட்டைக் குறிப்புகளைப் படித்தார்கள். சிலர் புத்தகத்தில் இருக்கும் கடைசிக்கதையின் கடைசி வரியை எடுத்துக்காட்டினார்கள். சிலரோ, 'இன்று காலைதான் திருத்துறைப்பூண்டியிலிருந்து சென்னை வந்தேன். புத்தகம் படிக்க வில்லை. ஆனால் பொதுவாகப் பேசுகிறேன்' என்றனர். சிலர் யாருக்கும் புரியாமல் அரை மணி அறுத்துத் தள்ளினர்.

விழாவை ஏற்பாடு செய்தவர்களுக்கு ஓர் அறிவுரை. மேடையில் நாற்பது பேரை உட்கார வைக்காதீர்கள்.

தமிழனின் தேசிய குணம், பேசுவது. ஒவ்வொருவரும் கடைசியாக... கடைசியாக... என்று ஆறுதடவை குறிப்பிட்ட பிறகுதான் முடிக்கிறார்கள்.

வெளியிடும் புத்தகத்தை ஒழுங்காக அறிமுகம் செய்துவைக்க ஓரிருவரே போதும். அவர்கள் புத்தகத்தை முழுதும் படித்தவர் களாக இருக்க வேண்டியது கட்டாயம். மற்றவர்கள் என்னைப் போல் சபையில் உட்கார்ந்து கேட்க வேண்டியவர்கள்.

மாறாக, 'பழனியப்பா பிரதர்ஸ்' பழனியப்பா செட்டியாரின் வாழ்க்கை வரலாறு புத்தகத்தை ('வானம் வசப்படும்' - எழுதி யவர் குழந்தைக்கவிஞர் செல்வகணபதி) விழாவில் கலந்து கொண்ட டாக்டர் எம்.ஏ.எம். உள்பட எல்லோரும் படித்திருக் கிறார்கள்.

பழனியப்பா பிரதர்ஸ் நிறுவனம் ஏதோ ஒரு விதத்தினால் என் எழுத்தாள வாழ்க்கையை உருவாக்கியிருப்பதைச் சொன்னேன். ஐயம்பெருமாள் கோனாரின் கோனார் நோட்ஸை அவர்கள் வருடக்கணக்காக வெளியிட்டுக் கொண்டிருக்கிறார்கள். நான் நோட்ஸ் படிக்கவில்லை, ஐயம்பெருமாள் கோனாரே என் தமிழாசிரியராதலால். அவர் புறநானூறு, கம்பராமாயணம் போன்றவற்றைச் சொல்லிக் கொடுத்த பாங்கு என் தமிழார் வத்தை உண்டாக்கியது.

மேலும், திருச்சி தெப்பக்குளத்தில் பழனியப்பா பிரதர்ஸ் ஒன்றுதான் புத்தகக் கடை. அந்த நாள்களில் அகஸ்தியர் புக் டிப்போவில் ஸ்டேஷனரி சாமான்கள் அதிகம் விற்பார்கள்.

பழனியப்பா பிரதர்ஸில்தான் இலக்கிய ஆராய்ச்சி, சிறுகதைத் தொகுப்புகள் கிடைக்கும். ஜானகிராமன், புதுமைப்பித்தன் புத்தகங்கள் எல்லாம் அங்குதான் எனக்குக் கிடைத்தன.

எண்பது வயதில் பழனியப்பா செட்டியார் இரண்டு வாழ்நாள் களுக்கு உண்டான சாதனைகள் படைத்துள்ளார். புத்தக வெளி யீட்டோடு நிறுத்தாமல், தொழில்துறையிலும் இறங்கி, 'ஏசியன் பேரிங்ஸ்' போன்ற சிறந்த நிறுவனங்களை அமைத்து வாழ்வில் வெற்றி கண்டவர். அவர் பேசும் போதும், 'எல்லாத்துக்கும் என் தந்தையார்தான் காரணம்' என்றார்.

விசாரித்ததில், தந்தையிடமிருந்து அவர் சொத்து எதுவும் பெற வில்லை. எல்லாம் அவரே சம்பாதித்தது என்பது தெரிந்தது.

2

ப்ருனெய்க்கு அடுத்து உலகில் மிகப் பணக்கார நாடு குவைத். குவைத்தின் பணம் டினார். ஒரு டினாருக்கு மதிப்பு 150 ரூபாய். கடைநிலை ஊழியருக்குக்கூட 100 டினார் சம்பளம்.

மூன்று நாள் குவைத் சென்றிருந்தேன். அங்கே 'தமிழ்நாடு இன்ஜினியர்ஸ் ஃபோரம்' என்னும் அமைப்பைத் தொடங்கி வைத்தேன். இந்திய எம்பசியின் தூதுவர் வந்திருந்தார். குவைத் அரசின் கட்டடக்கலைப் பிரிவின் டைரக்டர் வந்திருந்தார். ஆயிரம் தமிழர்கள் வந்திருந்தார்கள். நல்லுபசாரத்தினால் என்னைத் திணற வைத்தார்கள். குறிப்பாக, குவைத் ஸ்பிக் நிறுவனத்தைச் சேர்ந்த நடராஜன் மற்றும் கேஓசி, கேபிஇசி போன்ற பல்வேறு நிறுவனங்களில் பொறியியல் பணிகள் செய்யும் கிருஷ்ணமூர்த்தி, நாகராஜன், ராஜன், சாக்ரடீஸ், புகழ், செந்தமிழ் அரசு, மோகன்தாஸ், உழைப்பால் உயர்ந்து ஆட்டோ ஷாப் நடத்தும் சம்சுதின் போன்றவர்கள் ஆளாளுக்கு என்னை அழைத்துச் சென்று விருந்தளித்து, சுற்றிக் காட்டி, பரிசுகள் கொடுத்து... 'இச்சுவை பெற, நான் என்ன தவம் செய்தேன்' என்று அடிக்கடி சந்தேகப்பட வைத்துவிட்டார்கள். பிளாசா ஓட்டலின் உயர் அதிகாரியான பெரியசாமியின் பரிவும் குறிப் பிடத்தக்கது.

குவைத், சிங்கப்பூர் போல ஒரு நகர நாடு (17,000 சதுர கிலோ மீட்டர் - பெரும்பாலும் பாலை). ஹவாலி, அஹ்மதி, அல்ஜாரா, குவைத் சிட்டி என்று நான்காகப் பிரிக்கப்பட்டு,

கவர்னர்களால் ஆளப்படும் நகரம். ஆனால் பாலைவனத்தில் செயற்கையாக வீதிகளும், மரங்களும் விதைக்கப்பட்டு, ஒரு ராத்திரியில் உருவான மயன் மாளிகை போலத் தோற்ற மளிக்கிறது. பகலில்கூட மின்விளக்குகளை அணைப்ப தில்லை. அத்தனை மின்சாரம்!

தண்ணீரைவிட பெட்ரோல் விலை குறைவு. அத்தனை கார் களும் கப்பல் கார்கள்.

இந்த நகரம் 1990ல் ஈராக்குடன் நடந்த போரில் ஏறக்குறைய அழிக்கப்பட்டது என்பதை நம்புவது கஷ்டமாக இருக்கிறது. அதற்கான மறுபிறவி கொடுத்ததில் இந்தியர்களின் பங்கு கணிசமானது.

சுமார் ஏழு லட்சம் குவைத்தியர்களும், பத்து லட்சம் வெளிநாட்ட வர்களும் வாழும் இந்தப் பிரதேசத்தில் இந்தியர்களுடன் பங்களா தேசிகள், பாகிஸ்தான், இலங்கை, பிலிப்பைன் தேசத்தவர்கள் கலந்திருக்கிறார்கள். இந்தியர்களில், மலையாளிகள் அதிக எண்ணிக்கையில் இருக்கிறார்கள். ‘குவைத் டைம்ஸ்’ தினம் மலையாளத்தில் கூட இரண்டு பக்கம் வருகிறது. அடுத்து தமிழர்களின் எண்ணிக்கை அதிகம். இவர்கள் ‘பாரதி கலை மன்றம்’ என்கிற பிரதான அமைப்பின் கீழ் இணைந்திருக் கிறார்கள். இப்போது தமிழ்நாட்டு பொறியியல் வல்லுனர்கள் தனிப்பட்டு, ஒரு அமைப்பை ஏற்படுத்தியிருக்கிறார்கள்.

1990ல் நடந்த ஈராக்கின் ஆக்கிரமிப்பு இவர்கள் சரித்திரத்தில் ஒரு முக்கிய கட்டம். அண்டை நாட்டவர்களை நண்பர்கள் என்று நம்பி வந்தது, குரூரமாகக் கலைக்கப்பட்டு, நாடு முழுவதும் ஆக்கிரமிக்கப்பட, எண்ணெய்க் கிணறுகள் எரிய, கஷ்டமே அறியாதவர்கள், எப்போதும் காரில் சென்றவர்கள் - பாலைவனத்தில் வெயிலிலும், குளிரிலும் பசியுடன் டென்ட்டுகளில் காத்திருந்து உயிர் தப்பிய அனுபவம் அவர்கள் வாழ்வைத் திசைதிருப்பி விட்டது. நண்பர்களை இடம் மாற்றிவிட்டது.

அமெரிக்காவிடம் சரணடைந்து, அவர்கள் நேச நாடுகளுடன் ஆபத்பாந்தவர்களாக வந்து காப்பாற்றி, நெருப்பை அணைத்து, எண்ணெய் கிணறுகளை மீண்டும் உயிர்ப்பித்து, எல்லாம்

செய்துவிட்டு, சுபிட்சத்தை விரைவில் மீட்டு, இப்போது அவர்கள் போகமாட்டேன் என்கிறார்கள். மேதாஹாவில் ராணுவத் தளம் அமைத்து, தங்கள் 'பேட்ரியட் மிசைல்'களை அரபு நாடுகளின் பால் குறிவைத்து, சண்டைக்காகக் காத்திருக்கிறார்கள். சமாதானத்துக்குக் கொடுத்த விலை கொஞ்சம் அதிகமோ என்று குவைத்தியர்கள் கவலைப்படத் தொடங்கியிருக்கிறார்கள்.

குவைத் நாடு முப்பதுகள் வரை பாலைவனத்தில் தவித்த நாடு. கடலுக்குள் முத்தெடுப்பதும், மீன் பிடிப்பதுமாக இருந்தவர்கள். பிரிட்டிஷ்காரர்கள் எண்ணெயைக் கண்டுபிடித்து, அதன் மதிப்பை இவர்களுக்கு உணர்த்தி, சுபிட்ச நாடாக மாற்றியிருக்கிறார்கள். நாடு முழுவதும் அதன் அமீருக்கும், அவர்கள் குடும்பத்தினருக்கும் சொந்தம். வெளிநாட்டவர் நிலம் வாங்கவோ, வீடு கட்டவோ முடியாது. நிறையச் சம்பாதிக்கலாம். குடிக்கக் கூடாது. டிராஃபிக் விளக்கில் சிவப்பைக் கடந்தால் நாடு கடத்தப்படுவார்கள்.

குவைத் நாட்டில் என்னை உடனே கவர்ந்த சங்கதி இதுதான். சுபிட்சத்துக்காக எல்லோரும் கொடுத்திருக்கிற பல்வேறு விலைகள்தாம். இங்கே கடுமையாக உழைத்த இந்தியர்கள் கொடுத்த விலை தனிமை. 0 டிகிரி குளிரிலும் 50 டிகிரி வெயிலிலும் தவிப்பு. ஏசி கார்களுக்குள் நூற்றுக்கணக்கான கிலோ மீட்டரில் செல்லும்போது தாய்நாட்டுக்கான ஏக்கம். எப்போதும் கடமைக்கு அழைக்கும் பீப்பர்.

இவர்களைவிட, அதிகம் கஷ்டப்படுபவர்கள் பங்களாதேசிகள் தாம். சம்பளமும் குறைவு. டாக்கா போன்ற மழைப் பசுமையிலிருந்து வந்து, மணற்காட்டில் ஒட்டகம் மேய்க்கவும், செயற்கையாக நடப்பட்ட மரம், செடிகளுக்கு வெயிலிலும், குளிரிலும் நீர்ப்பாய்ச்சவும் செய்யும் இவர்கள் தவிப்பது, நம் இந்தியர்களுடையதைவிடக் கொடுமையானது.

குவைத்தியர்கள் தங்கள் சுபிட்சத்துக்குக் கொடுத்த விலை ஒருவகையான நிரந்தர பயம். அமெரிக்காகாரன் போய்விட்டால் ஈராக்கியர்கள் நுழைந்துவிடுவார்களோ என்ற பயம். நீண்ட நாட்கள் பெட்ரோலையும், கச்சா எண்ணெயும் (தினம் 15லட்சம் பாரல்கள் உற்பத்தி), பிறநாட்டவர் திறனையும் நம்பியிருக்க

முடியாது. அதற்காக என்ன விலை கொடுக்க வேண்டுமோ என்கிற பயம்.

விமானத்தில் திரும்பிச் செல்லும்போது இந்த ஜாஜ்வல்யமான பாலைவன நகரத்தை மேலிருந்து பார்க்கும் போது, ரிஃபைனரியின் நெட்டையான சிம்னியிலிருந்து காற்றில் நிம்மதியின்றி எரியும் ஆரஞ்சுப் பிழம்பைப் பார்க்கும்போது ஏதோ ஒரு விதத்தில் அது இந்த நகரத்தின் நிலையைச் சுட்டிக்காட்டுவது போல இருந்தது.

3

திரு. பூர்ணம் விசுவநாதனின் 80வது பிறந்தநாள் விழா ஆரவார மில்லாமல், போஸ்டரில்லாமல், பொய்யில்லாமல் இந்த வாரம் நடைபெற்றது. அவருடைய குடும்பத்தினரும் நாடக நண்பர்களும் கூடியிருக்க, அவருடன் 30 ஆண்டுகாலமாகத் தொடர்ந்த என் நட்பை நினைத்துப் பார்த்தேன். 1970க்கு முன் மெரினாவின் மேடை நாடகத்துக்குச் சென்றிருந்தேன். 'ஊர் வம்பு' அல்லது 'கால்கட்டு' என்று ஞாபகம். அதன் இறுதியில் மேடைக்குப் பின் சென்று அவரை சந்தித்து, 'நான் நாடகம் எழுதிக் கொடுத்தால் எடுத்துக் கொள்வீர்களா?' என்று கேட்டேன். மகிழ்ச்சியுடன் ஒப்புக்கொண்டார். அன்று தொடங்கிய எங்கள் கூட்டணியில் ஒரு கொலை ஒரு பிரயாணம், அடிமைகள், டாக்டர் நரேந்திரனின் வினோத வழக்கு, கடவுள் வந்திருந்தார், அப்பா அன்புள்ள அப்பா, ஊஞ்சல், சிங்கமையங்கார் பேரன், பாரதி இருந்த வீடு போன்ற நாடகங்கள் நூற்றுக்கணக்கான முறைகள் போடப்பட்டன. குறிப்பாக, 'கடவுள் வந்திருந்தார்' முன்னூறு முறை மேடையேறியது. முரண்பாடு, ஊஞ்சல் நாடகங்கள் தொலைக்காட்சியிலும் வந்தன. இப்போதும் கூட அவருக்காக ஒரு நாடகம் எழுதித் தந்தால் நடிக்கிறேன் என்கிறார் இந்த எண்பது வயது இளைஞர்.

பூர்ணம், அவர் பெயருக்கேற்ப ஒரு முழுமையான நடிகர். அவருடைய தியேட்டர் திறமைகள் மிக அரிதானவை. சிறப்பானவை. மேடைக்கே உரிய கம்பீரமான குரல் அதற்கேற்ற உடல் மொழி, அசைவுகள். நான் அவரை அடிக்கடி ரெக்ஸ்

ஹாரிஸனுக்கு ஒப்பிடுவேன். Stage presence என்பார்கள். மேடையில் அவர் வந்தால் மற்ற பேர் மறந்துபோவார்கள். பார்வையாளர்களின் கண்கள் அவரையே தொடரும். அந்த அளவுக்கு அற்புதமான அவருடைய நடிப்பை சினிமா உலகம் ஓரிரு படங்களில் தவிர சரியாகப் பயன்படுத்திக் கொள்ள வில்லை. பூர்ணம் அவர்கள் என் ஒவ்வொரு நாடகத்துக்கும் மேடையேற்றம் முடிந்த கையோடு ராயல்டி செக்கை அனுப்பி விடுவார். அவரும் ஓர் எழுத்தாளர் என்பதால் எழுத்தாளர்களை மிகவும் மதித்தார்.

எத்தனையோ முறை எத்தனையோ சிக்கல்களைச் சமாளித்தவர். ஒருமுறை பெங்களூரில் ஒரு முக்கியமான கதாபாத்திரக்காரர் நாடகம் ஆரம்பிக்கும் சமயத்தில் நன்றாகக்குடித்துவிட்டுத் தள்ளாடிக்கொண்டே வந்தார். பூர்ணம் பதற்றப்படாமல் கொஞ் சம் தொடக்கத்தைத் தாமதமாக்கிவிட்டு, அவரை காப்பி டிகாக்ஷனாலேயே குளிப்பாட்டி, ஒரு வழி பண்ணி, எப்படியோ சமாளித்து, அவர் பார்ட்டைக் குறைத்து, மறைத்து ஒப்பேற்றி விட்டார். இறுதியில் மேடையேறி வந்தவர்கள், 'அந்த முரட்டுப் பையனா வந்தாரே ரொம்ப நல்லா நடித்தார் சார்' என்று பாராட்டியதை பூர்ணம் புன்னகையால் மறைத்தார்.

ஒருமுறை மைக் கெட்டுப் போய், கடைசி வரிசையில் கலாட்டா செய்தார்கள். 'கொஞ்சம் பொறுமையா இருந்தா தொடரலாம்' என்று மைக் இல்லாமலேயே தியேட்டரின் அக்கோஸ்டிக்ஸை பயன்படுத்தியே நாடகத்தை முடித்துக் காட்டினார். அவர் தம் நாடகத்தை மேடையில் நடித்துக் காட்டும் போது இவை யெல்லாவற்றையும் நாம் எழுதினோமா! இதற்குள் இத்தகை உணர்ச்சிகள் ஒளிந்திருக்கின்றனவா என்ற வியப்பு என் வாழ்வில் முக்கியமான இன்ப அனுபவம்.

பூர்ணம் அவர்களின் வாழ்வில் எத்தனையோ சந்தோஷங்களையும், துக்கங்களையும் சமாளிக்க அவருடைய மனைவியின் உறுதுணை அவருக்கு பாக்கியம். இரண்டு பெண்கள், ஒரு மகன். அப்பாஜி என்று அன்புடன் அழைக்கும் பேரன் பேத்திகள் என்று சந்தோஷ மான குடும்பம். சங்கீத நாடக அகாடமியின் விருது பெற்ற இந்தக் கலைஞரைப் பெற்றிருக்க, தமிழ்நாடு பாக்கியம் செய்திருக்கிறது. வைணவப் பரம்பரையில் பெரியவர்களை வணங்கும்போது, 'இன்னுமொரு நூற்றாண்டிரும்' என்று வாழ்த்துவது வழக்கம். அவர் புகழும் இன்னுமொரு நூற்றாண்டு இருக்கும்.

4

அண்மையில் காலமான ஸ்ரீராம் பாரதி ஒரு விந்தை மனிதர். அவர் டில்லியில் படித்தவர். திரு. கே. எஸ். ஸ்ரீனிவாசனின் புதல்வர் (காவ்ய ராமாயணம்). நன்றாகப் படித்து, பட்டம் பெற்று, பின் டாக்டர் பட்டம் பெறுவதற்காக அமெரிக்காவுக்குச் சென்றவர். (பையோகெமிஸ்ட்ரியில் என்று ஞாபகம்).

அதுவரை அவர் வாழ்வு நடுத்தர வர்க்க பிராமண இளைஞர்களின் சம்பிரதாயப் போக்கில் சென்றிருக்கிறது. அமெரிக்காவில் இருந்தவர் ஒரு தினம் மனம் மாறி டில்லிக்குத் திரும்பி வந்து விட்டார். பெற்றோரின் கவலைகளுக்கிடையே திரு.வி.வி. சடகோபனிடம் சிஷ்யராகச் சேர்ந்தார். அவர் மூலம் இவருக்கு ஆழ்வார் பாடல்களிலும் குழந்தைகள் பாடலிலும் ஈடுபாடு ஏற்பட்டது.

பிழைப்புக்காக தூர்தர்ஷனில் அதிகாரியாகச் சேர்ந்தார். திரு வனந்தபுரம் கேந்திரத்தில் டிபுடி டைரக்டராகப் பதவியேற்றார். அங்கே இருந்து அடிக்கடி லீவு எடுத்துக்கொண்டு இராமானுசர் புரட்சிகள் செய்த மேல்கோட்டை என்னும் திருநாராயணபுரத்துக்குச் சென்று அங்கே இருக்கும் கோயிலில் சேவை செய்தார். அப்போதே அவர் ஆண்டாள் திருப்பாவையிலும், நாச்சியார் திருமொழியிலும், அரையர் சேவையிலும் அக்கறை கொண்டு ஆராய்ச்சி செய்து, அரையர் சேவை என்னும் கலை வடிவத்தை எளிதாக்கி, பல இடங்களில் நடித்துக் காட்டினார். அழகான

தோற்றமும் கணீர் என்ற குரலும் கேட்க - ஊர் ஊராகச் சென்று ஆழ்வார் பாடல்களைப் பாடிப் பரப்பினார்.

பின்னர் சென்னைக்கு அருகே பள்ளிக்கரணையில் ஜல்லடியான்பேட்டையில் ஒரு வைணவத் திருக்கோயில் நிறுவி, அங்கே மேல்கோட்டை சம்பத்குமாரன் போல ஒரு விக்ரகத்தைப் பிரதிஷ்டை செய்து, பூஜைகளும் பாராயணங்களும் நடத்தி, சுற்றிலும் உள்ள ஏழைக்குழந்தைகளை வரவழைத்துச் சாப்பாடு போட்டு, தெளிவாக ஆழ்வார் பாடல்களைப் பாடச் செய்தார். ஆழ்வார் பாடல்களை அழகாகப் பாடி கேசட்டுகள் வெளியிட்டார். அவற்றுக்கு சங்கீதக் குறியீடுகள் அமைத்தார்.

சமீபத்தில் பைபிள் போலவே நாலாயிர திவ்யபிரபந்தத்தை கிளேஸ் காகிதத்தில் ஆங்கில மொழிபெயர்ப்புடன் பதிப்பித்தார். ஆழ்வார்கள் ஆய்வு மையத்துக்கு உதவினார்.

52 வயதுக்குள் எத்தனை வாழ்க்கை. இப்போது அவர் நிறுவிய பாடசாலையும் கோயிலும் அனாதையாக நிற்கின்றன. அந்தப் பணி தொடர அன்பர்கள் உதவுவார்கள் என்கிற நம்பிக்கை இருக்கிறது. தன் வாழ்நாளில் பெரும்பாலான நாள்களில் திருமாலின் திருநாமத்தையும், பிரபந்தத்தையும் உரைத்தவர் தொண்டையில் கான்சர் வந்து இறந்து போனது நம் பலவித நம்பிக்கைகளை அசைக்கிறது. திருமால் தன் பாடல்களைக் கேட்டு மகிழ அவரை சீக்கிரமாக அழைத்துச் சென்றுவிட்டார் என்று சொல்லித்தான் சமாதானப்படுத்திக்கொள்ள முடிகிறது.

5

சென்ற வாரம் இரண்டு விழாக்களுக்குச் சென்றிருந்தேன். தமிழக அரசின் கலைமாமணி விருது வழங்கும் விழா; குடிமக்கள் செயல் இணையம் என்னும் தன்னார்வக் குழுவின் 'மக்கள் முரசு' என்னும் மாத இதழின் வெளியீட்டு விழா. முன்னதில் கலைஞர் அவர்கள் பேசும்போது, 'அரசின் மற்ற செயல்பாட்டை என்ன வேண்டுமானாலும் குறைகூறுங்கள். நலிந்த மற்றும் நல்ல கலைஞர்களைப் பாராட்டும் இச்செயலை மட்டும் குறை கூறாதீர்கள்' என்று சில பத்திரிகைகளை மனத்தில் வைத்துக் கொண்டு பேசினார்.

50க்கும் மேற்பட்ட கலைஞர்கள் விருது பெற்றார்கள். அஜித் குமாரிலிருந்து அவருடைய தாத்தாபோல இருந்தவர் வரை, பலர் பல துறைகளில் விருது வாங்கினார்கள். நான், கணபதி ஸ்தபதி, நல்லி குப்புசாமி இவர்கள் இடையில் இடம் கொடுக்கப் பட்டிருந்தேன். கணபதி ஸ்தபதியுடன் இடைவேளைகளில் பேசிக்கொண்டிருந்த போது பல விஷயங்கள் தெரிந்து கொண்டேன்.

ஸ்தாபத்யம் என்ற நூல் சிற்பக் கலைக்காக இருக்கிறது. கணபதி ஸ்தபதி என்ற பேரில் இருவர் இருக்கிறார்கள். வள்ளுவர் சிலையை கன்யாகுமரியில் செய்து நிறுவியவர் இவர்தான். மாமல்லபுரம் சிற்பக் கலைக் கல்லூரி முதல்வராக இருந்து ஓய்வு பெற்ற கணபதி ஸ்தபதி, தன் வாரிசுகளும் இந்தக் கலையில் ஈடுபட்டிருப்பதையும் வெளிநாட்டு ஆதரவினால் இப்போது

பிரபலமும், சம்பாத்யமும் அதிகமாகியிருப்பதையும் சொன்னார். இந்த அரசு விழா மிகத் திறமையாக ஏற்பாடு செய்யப்பட்டு, சமயத்தில் ஆரம்பித்து, சமயத்தில் முடிந்தது, ஒரு தனிப்பட்ட ஆச்சரியம்.

இரண்டாவது விழா, மயிலை பாரதிய வித்யா பவனில் நடந்தது. சுமார் 200 பேர் அந்தச் சிறிய ஹாலை நிரப்பினார்கள். டாக்டர். மு. அனந்தகிருஷ்ணன், சிவிசி, விட்டல் இவர்களுடன், நான். எழுதி வைத்துக் கட்டுரை படித்தேன். இந்தத் தன்னார்வக் குழுக்களின் தன்னார்வம் பழுதில்லாதது.

எல்லோரும் சமூகத்தையும், பொது வாழ்வையும், அரசையும் லஞ்சமில்லாததாக்கி... எல்லோரையும் ஓட்டுப்போடச் செய்து... எல்லாமே நல்ல நோக்கங்கள்தாம். இதில் ஒரே ஒரு சிக்கல் - ஒற்றுமையற்றமைதான். 'நான்தான் துப்புரவு செய்வேன்' என்று ஆளுக்காள் தன்னார்வக் குழுக்கள் அமைத்து, எந்தவித ஒருமைப்படுத்தலும் இல்லாது இயங்குவது. பலரின் தன்னார்வத்தைச் சந்தேகிக்க வைக்கிறது. உதாரணமாக, லஞ்சம் கொடுக்காதோர் சங்கம் என்று எனக்கு அந்தக் கூட்டத்திலேயே நான்கு பேர் விசிட்டிங் கார்டு கொடுத்தார்கள். (லஞ்சம் வாங்காதோர் சங்கம் இல்லை.) திரு. வெங்கடசுப்பிரமணியன், பி.எஸ். ராகவன் போன்றோரின், 'அலையே திரும்பிப்போ' என்று அதட்டும் இந்தப் பெரிய முயற்சியில் சமூகமே ஒன்று சேர்ந்தால் தான் மாறுதல்களைக் கொண்டுவர முடியும்.

விட்டல் அவர்கள் பேச்சில் நிறைய திருக்குறள், பகவத்கீதை உதாரணங்கள் தந்தார். இந்த மைய அரசு கண்காணிப்பு அதிகாரி தமிழில் பேசினார். அவர் சொன்ன ஒரு முக்கியமான தகவல் - தானே மனமுவந்து சொத்தை வெளிப்படுத்தும் விடிஐஎஸ் திட்டத்தில், ஒருவர் 210 கோடி கட்டினாராம். இதில் வேடிக்கை இன்கம்டாக்ஸ் டிபார்ட்மெண்ட் கோப்புகளில் அவர் பேரே இல்லையாம். இவருடைய - 'விட்டலின் விதி' அதிகார வட்டாரங்களில் பிரபலம். ஒரு அலுவலகத்தில் திறமையுள்ளவர்களிடம் எல்லா வேலையும் வந்து சேரும். திறமையற்றவர்களுக்குச் சம்பளமும், பதவியும் உயரும்.

6

பார்த்திபன், தன் 'கிறுக்கல்கள்' என்னும் புத்தகத்தின் வெளியீட்டு விழாவில் பல புதுமைகள் செய்தார்.

'கடவுள் வாழ்த்து' என்று சொல்லிவிட்டு சீதா பாடுவார் என்று எதிர்பார்த்தால், திரை உயர்ந்ததும் ஏழைப்பிள்ளைகள் வரிசையாக உட்கார்ந்து சாப்பிட்டுக் கொண்டிருந்தார்கள். 'இதைவிடக் கடவுளுக்குச் சந்தோஷம் வேற என்ன இருக்க முடியும்' என்று அறிவிப்பு.

'தமிழ்த்தாய் வாழ்த்து' ஒரு நலிந்த தமிழ் எழுத்தாளருக்குக் காசோலை கொடுப்பது. 'இலவச ஆம்புலன்ஸ் சேவை' என்று ஆர்க்காடு வீராசாமி மேடைக்கு வர, அவர் முன்னால் ஒரு ஆம்புலன்சையே ஓடவிட்டார்.

தன் தந்தையின் பெயரில் ஒரு நூலகம் திறக்கப்போவதாகச் சொல்லி, கலைஞர் ரிப்பனை வெட்டியவுடன், திரை உயர, பின்னால் அலமாரிகளில் அடுக்கப்பட்ட ஆயிரக்கணக்கான புத்தகங்கள்.

பாக்யராஜ் முதலில் பேசினார். அதன்பின் கவிக்கோ அப்துல் ரகுமான், 'படைப்பாளிகள் எல்லாருமே கொஞ்சம் கிறுக்கர்கள்' என்றார். சிவசங்கரி, புத்தகத்திலிருந்து மேற்கோள்கள் கொடுத்துப் பேச, ராஜநாராயணன் புத்தகத்தில் கையெழுத் திட்டவர்களின் பட்டியலை வாசித்தார். வலம்புரிஜான், 'பார்த்திபன் எழுதியது போலவே வாழ்கிறார். அந்த வகை

எழுத்துகள்தான் காலத்தை வெல்லும். ஷேக்ஸ்பியரை எல்லோ ரும் மறந்துவிட்டார்கள். காரணம், ஷேக்ஸ்பியர் எழுதியது போல வாழவில்லை!' என்றார். வைரமுத்து, 'ஆங்கில எழுத்துக் களைப் பயன்படுத்தாதீர்கள்' என்று அறிவுரை தந்தார்.

என்னைக் கடைசியில் பேச அழைத்தார்கள். கலைஞர் பங் கேற்கும் கூட்டங்களில் எழுதி வைத்துப் படித்து விடுவேன். பார்த்திபனைப் பற்றிப் பேசிவிட்டு, தமிழ்ப் புத்தக - சினிமா உலகின் அவலநிலை பற்றிய என் கருத்துக்களையும் பரிந்துரை களையும் படித்தேன். கலைஞர், அதில் ஒன்றுக்கு மட்டும் தன் உரையில் பதில் தந்தார். (என் உரையை 'குமுதம்' இதழுக்கு வாங்கிச் சென்றிருக்கிறார்கள்.)

'கிறுக்கல்கள்' தமிழில் மிக அழகாகப் பதிப்பிக்கப்பட்ட புத்தகங்களில் ஒன்று. அதற்கு நிச்சயம் அச்சு நேர்த்திக்காக அவார்டு கிடைக்கும். 'கிறுக்கல்' என்கிற வார்த்தை ஆரம்பத்தில் எழுத்து என்கிற அர்த்தத்தில் இருந்ததற்கு பிங்கள நிகண்டு ஆதாரம். பின்னர்தான் அது தாறுமாறுமான எழுத்துக்களுக்குப் பயன்பட்டது. ஆங்கிலத்தில் Scribe என்பதிலிருந்து Scribble வந்ததுபோல, 'ஓலையில் எழுத்தாணியால் பதித்தல்' என்பதிலிருந்து 'கிறுக்கல்' வந்திருக்கலாம்.

பார்த்திபனின் விழாவுக்கு சிகரம் வைத்ததுபோல, கடைசியில் நாட்டுப்பண். ஒரு மிகப்பெரிய தேசியக்கொடி விரிய, நியான் விளையாட, சாக்ஸ்ஃபோனில் 'ஜனகணமன' ஒலித்தது. லவலேசமாக தமிழர்களிடம் மிச்சமிருக்கும் தேசியப் பற்றை உசுப்பியது.

பார்த்திபனின் எழுத்துச் சிதறல்களில் பல, காதல் கவிதைகள். 'நீ இல்லையெனில் வானவில் கூட ப்ளாக் அண் வைட்டில் தெரி கிறது. செஸ்ட் எக்ஸ்ரே எடுத்தால் உன் படம்தான் விழுகிறது' போன்ற இளைஞர்களுக்கு வெல்லக்கட்டி வரிகள். என் போன்ற 'முதுபெரும்' எழுத்தாளனுக்குக் காலம் கடந்துவிட்ட சமாசாரம். அதனால் எனக்கு, கருத்தம்மா என்ற செல்ல நாயைப் பற்றி எழுதியிருந்த வரிகள்தான் உண்மையாக இருந்தன.

சினிமா உலகின் நிலையாமைகளை மீறி நிலைக்கும் ஒரே நண்பர் பார்த்திபன்.

7

புத்தாண்டில் சம்பிரதாயமாக வாழ்த்துகள் இல்லாமல், கொஞ்சம் நடைமுறைக்கேற்றவாறு சொல்ல விரும்புகிறேன்.

'அம்பலம்' வாசகர்களுக்கு, வலை உலகத்தின் உண்மையான சாத்தியங்களை உணர வாழ்த்துகிறேன். வலை மனைகளில் சொல்லப்படும் 'ஹிட் ரேட்' பொய்களை உணர வாழ்த்துகிறேன்.

இந்தியப் பெண்களுக்கு, உங்களுக்கு முப்பத்து மூன்று சதவீதம், ஆணாதிக்க இந்தியாவில் வரவே வராது என்பதை உணர வாழ்த்துகிறேன்.

ஆண்களுக்கு, பெண்கள் நம் கண்கள் என்று சொல்லும் பொய்யை நிறுத்த வாழ்த்துகிறேன்.

இளைஞர்களுக்கு, இந்தியாவைக் குறை கூறுவதை நிறுத்திக் கொள்ள வாழ்த்துகிறேன்.

அரசியல்வாதிகளுக்கு, வருஷத்தில் ஒரு காரியமாவது மக்களுக்குச் செய்ய வாழ்த்துகிறேன்.

ஜோசியர்களுக்கு, நல்ல பலன்களையும் கெட்ட பலன்களையும் 70 : 30 விகிதாச்சாரத்தில் திரித்து எழுத!

தமிழ் சினிமா டைரக்டர்களுக்கு, தங்கள் படத்தில் கதாநாயகியுடன் இடுப்பசைக்கும் நாற்பது பெண்கள் இல்லாமல், ஒரு பாட்டாவது எடுக்க வாழ்த்துகிறேன்.

தயாரிப்பாளர்களுக்கு, ஒரு படமாவது பாட்டு இல்லாமல் எடுக்க தைரியம் பெற வாழ்த்துகிறேன்.

நடிகர்களுக்கு, சம்பளத்தை 43லட்சத்துக்கு மேல் வாங்காமல் உச்சவரம்பு வைத்துக்கொள்ள வாழ்த்துகிறேன்.

நடிகைகளுக்கு, பத்து வார்த்தைகளாவது தமிழ் கற்றுக்கொள்ள!

பத்திரிகையாளர்களுக்கு, ஒரு பக்கமாவது புத்தக விமரிசனமும் அறிவியல் செய்திகளும் தர; வருஷத்தில் ஒரு அட்டைப் படத்திலாவது பெண்கள் இல்லாமலிருக்க!

கர்நாடக இசைக் கலைஞர்களுக்கு, கச்சேரியில் குறைந்தபட்சம் மூன்று தமிழ் பாட்டாவது பாட.

நடன மணிகளுக்கு, வயது அல்லது இடுப்பு நாற்பதுக்கு மேலாகிவிட்டால் ஆடாமல் இருக்க.

ஆட்டோ ரிக்ஷாக்காரர்களுக்கு, தினத்துக்கு ஒரு முறையாவது மீட்டர் போட்டு ஓட்ட.

டி.வி. சீரியல்காரர்களுக்கு, ஒரு எபிசோடில் கால் 'இன்ச்'சாவது கதையை நகர்த்த.

டி.வி அறிவிப்பாள பெண்களுக்கு, ஐந்து நிமிஷமாவது கையை ஆட்டாமல் பேச.

செய்தி அறிவிப்பாளர்களுக்கு, 'உள்ளம் வெள்ளமாகலாம். வெல்லம் உள்ளமாகாது' என்பதை 108 தடவை உச்சரிக்க.

பொறியியல் கல்லூரி பிரின்சிபால்களுக்கு, ஒரு சீட்டாவது பணம் வாங்காமல் எடுத்துக்கொள்ள.

ஆஸ்பத்திரிகளுக்கு, ஒரு நாளாவது பார்வையாளர் நேரமல்லாத போது பார்வையாளர்களை அனுமதிக்காமலிருக்க.

கார்ப்பரேஷன்களுக்கு, ஒரு நாளாவது தோண்டாமல் இருக்க.

கிரிக்கெட் வீரர்களுக்கு, ஒரு முறையாவது பங்களா தேஷ் தவிர வெளிநாட்டில் எங்காவது ஜெயிக்க.

திருடர்கள், கோவிலில் திருடாமல் இருக்க.

எம்.எல்.எக்கள், ஒரு முறையாவது தொகுதிக்குச் செல்ல.

பிச்சைக்காரர்கள், ஒரு முறையாவது தன் உடம்பின் ஆரோக்கியத்தைக் கவனித்து, உழைத்து சாப்பிடலாமா என்று யோசிக்க.

அறிவாளிகள், குறை கூறுவதோடு நிறுத்தாமல் நிவர்த்திக்கவும் முயற்சிக்க.

கடவுளுக்கு, இந்த நாட்டை நியூக்ளியர் ஆபத்திலிருந்தும், மத மோதல்களிலிருந்தும் காப்பாற்ற வேண்டுகிறேன்.

8

'பாரதி' நூறாவது நினைவுகள்.

இந்தப் படம் சாத்தியமானதற்கு முதலில் நன்றி கூறவேண்டியது வி. சந்திரசேகரன் - பெண்டாமீடியா க்ராஃபிக்ஸ் நிறுவனத்தின் தலைவர்.

டைரக்டர் ஞான ராஜசேகரன் முதன் முதலாக இவரை அணுகி, பாரதியின் Premise என்னும் மையக் கருத்தைச் சொல்லி யிருக்கிறார். அதை முழு Script வடிவத்திலும் எழுதியிருந்தார். சந்திரசேகர் அதை எனக்கு அனுப்பி, 'இதில் விஷயம் இருக் கிறது. எனக்குப் பிடித்திருக்கிறது. இதை உங்கள் மீடியா ட்ரீம் ஸில் எடுத்துக் கொள்ள முடியுமா பாருங்கள்' என்று சொன்னார்.

ராஜசேகரின் Scriptஐப் படித்தேன். அவருடன் அதை விவாதித் தேன். அவர் அதன் ஆரம்பப் பொறி, படித்த புத்தகங்கள், ஆராய்ச்சிகள் அனைத்தையும் எனக்கு விளக்கிச் சொன்னார்.

திரைக்கதையில் காட்சிகள் சில சனாதன உணர்வுகளை உறுத்துவதாக இருந்தன. அவைகளுக்கு 'ஆதாரம் எங்கிருந்து எடுத்தீர்கள்' என்று கேட்டேன். ராஜசேகர் இந்தப் படத்தை ஒரு கேள்வியுடன் தொடங்கியிருந்தார். ஏன் அந்த மகாகவியின் அந்திமச் சடங்குகளில் 14பேரே வந்தனர் என்று, அந்தக் கேள்வியை எழுப்பி, அதற்குப் பதில் தேடுவதற்குப் பாரதியின் வாழ்க்கையிலிருந்து சம்பவங்களை பல புத்தகங்களிலிருந்து

தேர்ந்தெடுத்திருந்தார். சில சம்பவங்களை அழுத்தமாக, சற்று மிகையாகவே சொல்லியிருக்கிறார்.

இந்தத் தேர்ந்தெடுப்பும் அழுத்தமும்தான் டைரக்டரின் பங்கு. அவர் எடுத்துக் கொண்ட கேள்விக்குப் பதிலாக அவை அமையும்போது நியாயமாகின்றன. Dramatic License என்று சொல்லாம். மற்றபடி சம்பவங்கள் எதுவும் கற்பனை அல்ல. இப்படித்தான் நடந்தது என்று சொல்லாமல், இப்படி நடந்திருக்கலாம் என்று சொல்லும் முயற்சி.

காரணம், பாரதியுடன் வாழ்ந்தவர்கள் எழுதிய வாழ்க்கைச் சரித்திரங்களிலேயே வேறுபாடுகள் உள்ளன. இதேபோல், பாரதியின் வரிகளைப் பயன்படுத்தும் போதும் சில சுதந்தரங்கள் எடுத்துக் கொண்டிருக்கிறார். 'காலா, என் காலருகே வாடா! காலால் உனை மிதிக்கிறேன்' என்று அவர் சாகும் தறுவாயில் பாடியிருக்க முடியாது. இருந்தும், அந்தக் கணத்தில் dramatic impact ஐ அதிகரிக்க அந்தவரிகள் அங்கே பயன்படுகின்றன. அதேபோல், 'நிலம் இனிது, காற்று இனிது' என்ற அந்தச் சமயத்தில் பாரதி Hallucinate செய்திருக்க முடியும்.

இந்த வகையில்தான் ராஜசேகரன், பாரதியின் வாழ்க்கைச் சம்பவங்களை மாற்றி அமைத்திருக்கிறார். இதில் உள்ள உணர்ச்சியால், இந்த மெலிதான அத்துமீறல்களை மன்னிக்கலாம் என்று நாங்கள் தீர்மானித்தோம். அப்பொழுதே நாங்கள், இந்தப் படம் சில திசை தப்பிய காரணங்களுக்காகப் பாராட்டப்படும் என்பதையும் உணர்ந்திருக்கிறோம்.

தனிப்பட்டு எனக்கு இந்தப் படத்தின் திரைக்கதையைப் படமாக்கிய விதத்தில் ராஜசேகரனுடன் கருத்து வேறுபாடுகள் இருந்தன. அதை அவருக்கு எழுத்து மூலம் கொடுத்தேன். இருந்தும் அவரிடம் இந்தப்படத்தை ஒப்படைக்கத் தீர்மானித்ததும், அதன் Scriptல் குறுக்கிடுவது நியாயமில்லை. அப்படிக் குறுக்கிட்டால் இந்தப் படத்துக்கு அவர் முழுவதும் சொந்தம் கொண்டாட முடியாது என்று தீர்மானித்து, படத்தின் சில பகுதிகள் எங்கள் ஆதாரமான நம்பிக்கைகளைத் தாக்கி விமர்சித்தாலும் அவைகளை அனுமதிக்கத் தீர்மானித்தோம்.

இந்த நேர்மைக்காக வேண்டுமெனில் தயாரிப்பாளர்களான எங்களுக்குப் 'பாராட்டாக' லேசாகக் கை தட்டலாம். மற்ற

ஒரிரு எண்ணங்கள் / 25

பெருமைகள் அனைத்தும் ராஜசேகரனையும், அவருடன் ஒத்துழைத்த எல்லாக் கலைஞர்களையும் சேர வேண்டும்.

சாயாஜி ஷிண்டே அவரிடம் நான் முதலில் பேசியபோது, 'பாரதி யார்?' என்று கேட்டார். He was a genius ahead of his time. A great Poet, a difficult husband and eccentric என்று மட்டும் சொன்னேன். அந்தப் பாத்திரத்தின் சாரத்தை வாங்கிக் கொண்டு, தூக்கத்திலும் பாரதியின் வரிகளையும், வசனங்களையும் உச்சரித்து, அந்தப் பாத்திரத்துடன் வாழ்ந்து எனக்கு ஏறக்குறைய மறுபிறவியில் நம்பிக்கை வந்துவிடும் அளவுக்கு நடித்ததற்கு சாயாஜிக்கு நன்றி. அவருக்குக் குரல் கொடுத்த ராஜீவ் சிறப்புப் பாராட்டுக்கு உரியவர். தமிழ் மொழி, தன் மென்மையான ஒலிகளை அவசரமாக இழந்து கொண்டிருக்கும்போது, ராஜீவ் போன்ற மற்ற மொழிக்காரர் இவ்வளவு தெளிவாக உச்சரித்த தற்கு லேசான வெட்கம் கலந்த பாராட்டு.

தேவயானி - ஜீன்சிலும், நாற்பது பெண்களுக்கிடையே இடுப் பசைக்கும் நடனங்களிலும் பார்த்த இந்தப் பெண்ணிடம், இத்தனை நடிப்புத் திறனா? இத்தனை முக பாவங்களா? என்று தமிழ் மக்களை ஆச்சரியப்படுத்திய தேவயானியுடன் நிச்சயம் மற்றொரு படம் பண்ண விரும்புகிறோம்.

மற்ற உபபாத்திரங்களில் நடித்த டி.பி.கஜேந்திரன், சிறுவன் பாரதி, டில்லி மணி, ஸ்ரீகாந்த், சிந்து, பாலாசிங், அமரசிகாமணி, ஏன் ஒரே ஒரு காட்சியில் வந்த காந்தி (இவர் பி.ஜே.பி. காரராம்!) எல்லோருமே பாத்திரத்துக்குப் பொருத்தமாக நடித்தனர்.

இந்தப் படத்தின் வெற்றிக்கு மற்றொரு முக்கிய காரணம் இசைஞானி இளையராஜாவின் இசை. பாடல்களிலும் பின்னணி இசை அமைப்பிலும் இவர் மற்றவருடன் ஒப்பிடும்போது எவ்வளவு உயர்ந்தவர் என்பதை மறுபடி நிரூபித்திருக்கிறார். கல்யாணி ராகத்தில் சினிமாப் பாடல்களே சுமார் அறுபது உள்ளன. 'நிற்பதுவே நடப்பதுவே' என்று கேட்கும்போது புதிதாக நேற்றுத்தான் பிறந்த ராகம் போல ஒலிக்கிறது.

அதேபோல், பாம்பே ஜெயஸ்ரீ பாடிய 'நின்னைச் சரண் அடைந்தே'னும் ராஜாவே முடித்து வைக்கும் 'நல்லதோர் வீணை'யும் ராஜ்குமார் பாரதியின் 'கேளடா மானிடா'வும் எளிய, ஆரவாரமில்லாத முறையில் உள்ளத்தை உருக்க முடியும் என்பதை நிரூபிக்கின்றன.

ராஜா, எங்கள் 'பாண்டவாஸ்' ஆங்கில 3டி படத்துக்கு அமைந் திருக்கும் இசையைக் கவனிக்க வேண்டுகிறேன். ராஜாவால் இந்தப் படம் ஒரு தனிப்பட்ட பரிமாணம் பெற்றது என்பது மறுக்க முடியாதது.

கலை - திரு. கிருஷ்ணமூர்த்தி அவர்கள், தமிழக விருது பெற் றிருப்பது எங்களுக்கு இரட்டிப்பு மகிழ்ச்சி. தேவயானியின் கலைமாமணியும் அவ்வண்ணமே.

கிருஷ்ணமூர்த்தி, பாண்டிச்சேரி அருங்காட்சியகத்திலிருந்த வண்டியைக் கூட கொண்டு வந்துவிட்டார். எட்டயபுரம், கடையம், பாண்டிச்சேரி, பனாரஸ்... எந்த இடத்திலும் அனக்ரானிசம் இல்லாதபடி அமைத்த இயற்கையான பீரியட் காட்சிகளுக்காக, ஆடைகள்! ஏன் குடுமிகூட அந்த நாட்களின் சாதிப்பிரிவுகளுக்கு ஏற்ப அமைத்த திறமைக்குத் தனிப்பட்ட சபாஷ் பெறுகிறார்.

லெனின் எடிட்டிங் திறமை பல இடங்களில் பளிச்சிடுவதைக் கவனித்திருப்பீர்கள். குறிப்பாக, ஒரு காட்சி முடியும் முன்னேயே அடுத்த காட்சிக்குத் தயார் செய்யும் Flash forward முறை. முதலிரவுக் காட்சியில் செல்லம்மாள் - மீசையைப் பார்த்து பயந்ததுடன் வெட்டியது தமிழ் சினிமாவில் ஒரு புரட்சி என்று சொல்வேன். ஆடை அவிழ்ப்பும், விளக்கை ஊதி அணைப்பதும் இல்லாத முதல் இரவா! Enter the scene late and leave early என்கிற எடிட்டிங் தாரக மந்திரத்தை இந்தப் படத்தில் பல இடங்களில் கவனிக்கலாம்.

தங்கர்பச்சானின் காமிரா திறமை, கதைக்குத் தனிப்பட்ட ஊட்டம் அளித்தது. சிறுவன் பாரதியின் ஒளிரும் கண்களிலிருந்த ஏக்கம், பனாரஸ் நதிக்கரைக் காட்சிகள், பகல் இரவு குழப்ப மில்லாத ஒளி அமைப்புகள், ஆரவாரமில்லாது, அனாவசிய சூர்யாஸ்தமனங்களைத் தவிர்த்து, கதையமைப்புடன் ஒன்றிய இயல்பான படப்பிடிப்புக்கு தங்கருக்கு ஒரு தங்க நாணயம் தரலாம்.

இவ்வாறு ஒவ்வொரு திறமையையும் அடுக்கிக் கொண்டே போகலாம். கடைசி லைட்பாய் வரை, இந்தப் படத்தைத் தன் படமாகப் பாவித்து, உற்சாகத்துடன் உழைத்ததை எங்களால் பார்க்க முடிந்தது. அவர்களுக்கெல்லாம் நன்றி. குறிப்பாக இந்தப்

படத்தை நூறு நாள்கள் காட்டிய திரையரங்கு முதலாளிகளுக்கும், ஆதரவுக்கும் நன்றி சொல்ல வேண்டும்.

இந்தப் படத்தில் நாங்கள் கற்ற பாடங்கள் பல. நல்ல படம் எடுக்காததற்கு மக்கள்தான் காரணம் என்று சொல்லும் அந்த மாயை உடைபட்டது. அது பொய். சென்னை பாஷையில் சொன்னால், உட்டாலக்கடி. நல்ல படங்களைக் காட்டாமல், அவர்களைக் குறை சொல்லக்கூடாது என்பது முக்கியமான படிப்பினை. இந்தப் படத்தின் லாப நஷ்டக் கணக்குகளை நாங்கள் இன்னும் பார்க்கவில்லை. ஒரு பெரிய லாபம் மட்டும் உடனே தெரிகிறது. இதனால் கிடைத்த பிரசித்தம், நல்ல பெயர், மேலும் இம்மாதிரிப் படங்களை எடுக்க ஏற்பட்ட தைரியம்... இவைகளுக்கு விலை இல்லை.

9

எஸ்.வி. சேகரின் 4001வது நாடக விழா காமராஜர் அரங்கத்தில் நடைபெற்றது. மேடையில் சோ, மத்திய அமைச்சர் பொன் இராதா கிருஷ்ணன், வைரமுத்து, நான். இதைக் காட்டிலும் வினோதமான காம்பினேஷன் இருக்க முடியாது என்பது போல் வீற்றிருந்தோம். சோ வந்ததிலிருந்து, எப்போது புறப்படுவோம் என்ற பரபரப்பில் இருந்தார் வைரமுத்து. நிகழ்ச்சிக்கு ஐந்து நிமிடம் முன் வந்து பேசிவிட்டு, ஐந்து நிமிடத்தில் புறப்பட்டுச் சென்றார்.

அமைச்சர் மட்டும்தான் சுமார் 150 பேருக்கு நினைவுப் பரிசுகள் வழங்கிவிட்டு, நாடகம் முடியும் வரை இருந்துவிட்டுச் சென்றார்.

நான் பேசும்போதும் சேகருடைய 'பெரியப்பா' நாடகத்தை Political Satire வகையில் சேர்க்கலாம் என்றும், தமிழர்கள் எளிதான முறையில் கொடுத்தால், அங்கதங்களை ரசிக்கிறார்கள் என்று சொன்னேன்.

பெரியப்பா நாடகத்தில் சின்னம்மா, தாமரை, சைக்கிள் சங்கரலிங்கம் போன்ற பாத்திரங்கள் எல்லாம் அரசியலில் யார் யாரைக் குறிக்கின்றன என்று சுலபமாகக் கணிக்கும்படியாக நாடகத்தை அமைத்திருந்தார்கள். மக்கள் எதிர்பார்க்கும் இடத்தில் எதிர்பார்த்த அளவுக்குச் சிரித்தார்கள்.

மேடையில் நான்கு மைக் வைத்து எல்லோரும் நின்று கொண்டே பேசும் இந்த நாடக பாணி, சேகர், கிரேசி மோகன்

போன்றவர்களின் நாடகத்தின் அடையாளங்கள். இந்த வகை நாடகத்துக்கு மட்டும்தான் கூட்டம் வருவது தமிழ் நாட்டின் சோகங்களில் ஒன்று. பரீட்சார்த்த நாடகங்கள் போடுவதில்லை என்பதில்லை. அவைகள் எல்லாம் வருஷத்துக்கு ஒரு காட்சியோ இரண்டு காட்சியோதான் போட முடிகிறது. எஸ்.வி. சேகர் 4001!

அவ்வை தி.க. சண்முகம் அவர்களின் 'நாடகக் கலை' என்ற புத்தகம் ஞாபகம் வருகிறது. இரண்டாயிரம் ஆண்டுகளுக்கு முற்பட்டதாகக் கூறப்படும் தமிழ் நூல்களில் முறுவல் சயந்தம், செயற்றியம், குணநூல் போன்ற நாடக இலக்கணம் குறிக்கும் நூல்களைப் பற்றிக் குறிப்புகள் உள்ளனவாம்.

சிலப்பதிகாரம் நாடகக் கலை பற்றியும் அரங்க அமைப்பு, திரை வகைகள் போன்றவற்றைக் குறிப்பிடுவது நமக்கெல்லாம் தெரியும்.

அடியார்க்கு நல்லார் கூறும் பரதம், அகத்தியம் போன்ற நூல் களும் கிடைக்கவில்லை. 1914ல் உ.வே.சா நூல் நிலையம் பாரத சேனாபத்திய என்னும் நாடக நூலை வெளியிட்டிருக்கிறது.

பரிதிமாற்கலைஞர், நாடகவியல் என்கிற ஒரு நூல் எழுதியுள் ளார். விபுலானந்தர், மறைமலையடிகள் போன்றோரும் நாடகம் பற்றிய நூல்கள் வெளியிட்டுள்ளனர். சம்பந்த முதலியார் நாடகத் தமிழ் என்கிற நூல் வெளியிட்டுள்ளார். ராஜராஜ சோழன் தன்னைப் பற்றி எழுதிய நாடகங்களுக்கு மானியம் வழங்கிய தாகக் கல்வெட்டு ஆதாரம் இருக்கிறது. நூல் ராஜராஜ விஜயம். No wonder! வேத்தியல், பொதுவியல் என்று நாடகங்களை வகைப்படுத்தி வேந்தர்களுக்கும், பொதுமக்களுக்கும் வேறு வேறு நாடகங்கள் அமைந்திருப்பதாகத் தெரிகிறது. பழங்கால நாடக வசனங்களைப் பெரும்பாலும் கட்டியங்காரன் வந்து, 'அகோ வாரும் பிள்ளாய்' என்று தொடங்கி பேசியிருக்கிறார். மற்றவை எல்லாம் பாடல்களாக இருக்கின்றன.

உதாரணமாக, 'கேளாய் பெண்ணே சந்திரமதி லோகத்தில் உள்ளவர்கள் செய்யும்படியான சகல பாவங்களையும் போக்கத் தக்கதாகிய திவ்ய மகிமை பூண்டு இந்தக் காசி நாடு வந்தோம் பாராய் பெண்ணே!' அவ்வளவுதான். உடனே 'கரங்குவிப்பாய் மயிலே இதோ காசி காணுவது பார் மயிலே' என்று பாடத் தொடங்கிவிடுவார்கள். சீர்காழி அருணாச்சலக் கவிராயரின் இராம நாடகம், அயோத்தி நாடகம் முழுவதும் பாடல்கள்,

கட்டியங்காரன் வசனங்களுடன் 18ம் நூற்றாண்டின் முற்பகுதியில் இயற்றப்பட்டன. அவைகளின் பாடல்கள் இன்றும் பாடப்படு கின்றன, வேறு மேடைகளில்.

ஃபார்முலா நாடகம் என்பதற்கு உதாரணமாக நொண்டி நாடகங்களைச் சொல்லலாம். 1695 முதல் இருக்கின்றன நொண்டி நாடகங்கள். கதாநாயகன் தீயவனாக இருந்து, காமுகர் வலையில் சிக்கி, தண்டிக்கப்பட்டு, அவயங்களை இழந்து, நொண்டி நொண்டி தெய்வத்தை வேண்டிக்கொண்டு, பிறகு சரியாக நடக்க ஆரம்பிக்கிறான். அதே மாதிரியில் பல நாடகங்கள் எழுதப்பட்டன. இன்றைய தமிழ் சினிமா ஃபார்முலா மாதிரி.

கோபால கிருஷ்ண பாரதியாரின் நந்தனார் சரித்திர நாடகத்தின் பாடல்கள் இன்றும் பாடப்படுகின்றன. சிலவற்றை இன்று பாடினால் கத்திக்குத்து ஏற்படும்.

விலாசம் (அர்த்தம், பொழுதுபோக்கு, வேடிக்கை, வினோதம்) என்று பெயர் பெற்ற நாடகங்கள் எழுதப்பட்டிருக்கின்றன. சகுந்தலை விலாசம், மதுரை வீரன் விலாசம், சுந்தரப் பிரசாத விலாசம், சித்தராங்கி விலாசம், அதில்தான் வசனம் பேசுவது அதிகம் பயன்பட்டிருக்கிறது என்கிறார்கள்.

தமிழின் முதல் சமூக நாடகம் டம்பாச்சாரி விலாசம், எழுதியவர் காசி விசுவநாத முதலியார்.

திரு.திக. சண்முகம், பாலாமணி என்கிற அம்மையார் டம்பாச்சாரி நாடகத்தில் நடித்தபோது, '1992ல் புதுவையில் பார்த்திருக்கிறேன்' என்று எழுதியிருக்கிறார். நகைச்சுவை நடிகர் சாமண்ணா ஐயர் அதில் பதினோரு வேடங்களில் வருவாராம்.

குறவஞ்சி நாடகம், மனோன் மணியம், நடேச தீக்ஷிதர், சங்கரதாஸ் சுவாமிகள் நாடகங்கள் போன்று பல வகைப்பட்டு, நூற்றாண்டின் ஆரம்பத்தில் விரிவடைந்து, ஐம்பதுகளிலும் அறுபதுகளிலும் ஒரு சமூக மாற்றுக் கருவியாக பயன்பட்ட நாடகம், இன்று நான்கு மைக்குகள், நிமிஷத்துக்கு நாற்பது ஜோக்குகள் என்று அவலத்துக்கு வந்துவிட்டோம். மக்கள் பாவ்லோவ் தனமாகச் சிரிக்கும் நிலைக்கு வந்திருக்கிறோம். எங்கேயோ தவறவிட்டுவிட்டோம்.

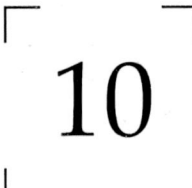

10

மின் ஊடகங்கள் என்று நாம் சொல்வது தொலைக்காட்சி, வலைக்காட்சி மற்றும் வலை சார்ந்த சஞ்சிகைகள், ஆடியோ, ரேடியோ, வீடியோ சாதனங்கள்.

இலக்கணம் அமைவதற்காக ஆக்கப்பட்ட நூல்களை 'இலக்கியம்' என்று சொல்வார்கள். அதாவது, இலக்கியம் தோன்று கிறது. அதன்பின் அதற்கான இலக்கணம் தோன்றுகிறது; உதா ரணம், புதுக்கவிதை. நூற்றாண்டின் ஆரம்பத்தில் புதுக்கவிதை கள் தோன்றின. அதன்பின் அதற்கு ஒரு விதமான வரையறை, விதிமுறைகள், இலக்கணம் ஏற்பட்டு இலக்கிய அந்தஸ்து பெற்றது. அதே போல்தான் ஹைக்கூ. ஏன்? சினிமாப் பாடல் களுக்குக்கூட, சில வரையறைகள் உள்ளன. ராஜவேர்வை, தேன்சிட்டு, மலர்மொட்டு, அட போன்ற வார்த்தைப் பிரயோகங்கள். இன்னும் சொல்லப்போனால் ஒரு வரையறை இலக்கணத்துக்குள் அமையும் எல்லாமே இலக்கியம் என்னும் அந்தஸ்து பெறுகிறது.

இந்த வகையில் கானா பாடல்களையும் சமய இலக்கியங் களையும்கூடச் சேர்க்க முடியும். இங்கே நாம் இலக்கியம் அமைவதைப் பற்றித்தான் பேசுகிறோம். தரத்தைப் பற்றி அல்ல.

'In the future, everyone will be famous for 15 minutes' என்பது ஆண்டி வார்ஹால் சொன்னது. நோபல் பரிசு பெறும் நூல்களே ஒரு வருடத்தில் மறக்கப்படுகின்றன. இவ்வாறு குறுகிய நூல்

ஆயுளுக்குக் காரணம், நவீன வாழ்க்கையில் உள்ள அவசரமும், அவலமும்தான். இப்போது தீவிர இலக்கியம் என்பது மக்கள் தொகையில் அரை சதவிகிதத்துக்கும் குறைவானவர்களால் மட்டுமே ரசிக்கப்படுகின்றது.

முதலில், புதிய மின் ஊடக வருகையால் - காகிதத்தில் எழுதப் படும் கதை, கவிதை, கட்டுரைகள் எல்லாம் என்ன ஆகும் எனப் பார்க்கலாம். சிலர் கணிப்பொறி வந்ததும் காகிதமே காணாமற் போய்விடும் என்று சொல்கிறார்கள். அதற்குச் சுற்றுச்சூழல்தான் காரணம். காடுகளை அழிப்பதையும்கூடக் காரணமாகச் சொல்கிறார்கள். ஆனால் உண்மையில் நடப்பது அது அல்ல. காகித உற்பத்தி அதிகரித்துக் கொண்டுதான் செல்கிறது. இன்றும் பல காரியங்களுக்கு காகிதம் சார்ந்த ஆதாரங்கள் தேவைப் படுகின்றன.

கணிப்பொறி வட்டுகளில் ஆவணங்கள் இருப்பதைப் பல சட்டங்கள் அங்கீகரிப்பதில்லை. உதாரணமாக, ஒரு சொத்தின் உரிமைப் பத்திரங்கள், ஒப்பந்தங்கள் இவையெல்லாம் காகிதத் திலிருந்து பத்தாண்டுகளுக்குள் விலகிவிடும் என்று சொல்ல இயலவில்லை. மாறாக, இந்த இடைக்காலத்தில் கணிப்பொறி வந்ததால், அதன் சுலபத்தால், என்னதான் ஈ மெயில் இருந் தாலும், கணித்திரையின் தலைப்பில் ப்ரிண்ட் என்னும் ஒரு பொம்மை வடிவ ஆணை இருக்கும் வரை காகிதம் இருந்து கொண்டே வரும். எனவே, காகிதத்தின் பயன்பாடு அதிகமாகி வருகிறதைத்தான் கண்கூடாகப் பார்க்கிறோம். கணிப்பொறி வசதி இருப்பதால் தேவையற்ற அளவில் படியெடுப்பதுதான் அதிகரித்திருக்கிறது.

மேலும் காகிதத்தை முழுவதும் நிராகரிக்க கணிப்பொறியின் ஊடுருவல் போதாது. இணையம் மூலம் என்னுடைய கதை, கட்டுரைகளையும் வீட்டிலிருந்து இன்று அனுப்ப முடிகிறது. அனுப்பியுள்ளேன். அவைகளை நேரடியாக அச்சியந்திரத்துக் கான கணிப்பொறிக்கு அனுப்பவும் இயலும். அந்த அளவுக்கு கணித்திரையிலேயே கதை எழுதி, ப்ரூஃப் பார்த்து, திருத்தி அச்சிடும் சாத்தியம் இப்போது ஆரம்ப நிலையில் இருக்கிறது. இது முழுமையாக தினப்பத்திரிகைகளுக்கும் குறிப்பாக டைம்ஸ், ஹிந்து போன்ற பத்திரிகைகளுக்கும் வந்துவிட்டிருக்கிறது.

இதேபோல் கார்ட்டூன் கதைக்குப் படங்கள். இவைகளையும் இணையம் மூலம் அனுப்ப இயலுகிறது. இந்தச்சாத்தியத்தைச்

சில எழுத்தாளர்களும், சித்திரக்காரர்களுமே பயன்படுத்தத் தொடங்கியிருக்கிறார்கள். மற்றவர்கள் அஞ்சுவதற்குக் காரணம் இரண்டு. முதலில் டெக்னாலஜிக்கு தயக்கம். இரண்டாவது அவர்களின் படைப்பாற்றலைப் பாதித்து விடுமோ என்கிற தயக்கம். இரண்டாவது தயக்கம் அர்த்தமற்றது. பேனாவுக்குப் பதில், கணிப்பொறி விசைப்பலகையைப் பயன்படுத்துவதில் படைப்பாற்றல் எந்த விதத்திலும் பாதிக்கப்படுவதில்லை. மாறாக, படைப்பாற்றல் அதிகமாகிறது. மனத்தின் எண்ணங்களை நேரடியாக எழுத்துக்களுக்கு பதிலாக விரல் தொடுகைகளாக மாற்றுகிறோம். அவ்வளவே!

நாளடைவில் காகிதத்தின் பயன் குறைந்துகொண்டு வரும் என்பதில் மட்டும் ஐயமில்லை. ஆனாலும் அதற்கான அடையாளங்கள் இன்னும் ஏற்படவில்லை. 'புத்தகங்களை இனிமேல் யாரும் வாங்கமாட்டார்கள். மின் புத்தகங்கள், ஈ புக்ஸ் என்பது பரவி, எல்லோரும் இணையத்தில்தான் புத்தகம் படிப்பார்கள்' என்கிற அச்சமும் உண்டு. இதுவும் ஆதாரமற்றது. புத்தகத்தின் கலாசார அடையாளம் மாறவே மாறாது. அதைப் பற்றி நான் பல கூட்டங்களில் பேசியிருக்கிறேன். ஆனால் இணையத்தில் புத்தகம் வாங்குவது ஒரு தவிர்க்க முடியாத சாத்தியம். இதற்கு amazon.com என்னும் நிறுவனத்தின் முன்னேற்றத்தைப் பற்றி அனைவரும் தெரிந்து கொள்ள வேண்டும். அதற்கான தகுந்த தருணம் இந்தப் புத்தகச் சந்தை தான். அமெஸான், உலகின் மிகப்பெரிய இணையப் புத்தகச் சந்தை.

1994ல் ஜெஃப்ரே பெஸோஸ் (Jeffrey Bezoz) என்கிற இளம் வால் ஸ்ட்ரீட் பங்குச்சந்தை வியாபாரிக்கு இந்த ஐடியா முதலில் தோன்றியது. மனைவியுடன் சொந்த ஊரான சியாட்டிலுக்குச் சென்று, இந்த நிறுவனத்தைத் தொடங்கினார். அதன் முதன் மூன்று குறிக்கோள்கள் என்ன என்றதற்கு, 'செலக்ஷன், செலக்ஷன், செலக்ஷன்' என்றார். மூன்றுமே தேர்ந்தெடுப்பதில் உள்ள சுதந்தரம்தான். நல்லவிலை, நம்பகமான சேவை இதெல்லாம் இரண்டாம்பட்சம் என்று தீர்மானித்தார்.

இணையத்தில் கார் விற்பதோ, பற்பசை விற்பதோ, புத்தகம் விற்பதிலிருந்து வேறுபட்டது. கார் என்றால் மொத்தம் இருபது, முப்பது, மிஞ்சிப் போனால் நூறு வகை கார்கள்தான். அதுபோல பற்பசையும் இருபது வகைதான் இருக்கும். புத்தகம்?

இந்தப்புத்தகச் சந்தையிலே எத்தனை புத்தகம் இருக்கும் என்று எண்ணுகிறீர்கள். லட்சக்கணக்கில் இருக்கலாம்.

அமெஸான், உலகத்தில் உள்ள அத்தனை புத்தகங்களையும் எப்படியாவது தன் பட்டியலில் சேர்த்துக்கொள்வதைக் குறிக்கோளாக அமைத்தார் பெஸோஸ். அமெஸான் என்ற பெயரே முக்கியமானது. அது தென் அமெரிக்காவில் உள்ள மிகப் பெரிய நதி. மற்ற நதிகளைவிடப் பன்மடங்கு பெரியது என்பதால் தன் புத்தகக் கடைக்கு இந்தப் பெயரைச் சூட்டினார்.

ஏறத்தாழ 30 லட்சம் புத்தகத் தலைப்புகளின் தகவல் தளத்தை அமெஸான் வலைமனையில் அமைத்தார். உலகின் மிகப்பெரிய சம்பிரதாய புத்தகக் கடைகள்கூட அதிகபட்சம் 1,75,000 தலைப்புகள்தான் கொண்டிருக்க முடியும். அமெஸான் புத்தகங்களின் தலைப்புகள் மட்டும் இன்றி, எது எப்படிப்பட்ட புத்தகம் என்பதை, அந்தப் புத்தகத்தைப் பற்றிய சிறிய விமரிசனத்துடன் கொடுத்தார் பெஸோஸ்.

மேலும் வாசகர் அந்தப் புத்தகத்தைப் பற்றி என்ன நினைக்கிறார் என்கிற வாசகர் விமர்சனத்தையும் உடன் வைத்தார். வாசகர்கள் உற்சாகமாக விமரிசித்தார்கள். தங்கள் பெயர் வலைமனையில் வருவது பெருமையாக இருந்தது அவர்களுக்கு. வாசகர்களுக்கு மதிப்பு கொடுத்தது ஒரு முக்கியமான திருப்பம். நீங்கள் வாங்க நினைக்கும் புத்தகத்தை இதற்குமுன் யார்யார் வாங்கியிருக் கிறார்கள் என்கிற விவரமும் தருகிறார். இந்த விவரமும் ஒரு தூண்டுதலாகிறது.

ஒரு நூலகத்துக்குச் சென்றால் எப்படி புத்தகங்களைத் தேடு வோமோ அப்படியே அமெஸானில் தேட முடியும். ஆசிரியர், துறை, தலைப்பு என்று எந்த விதத்திலும் தேட முடியும். வாசகர்கள் வாடிக்கையாகக் கேட்பதை மட்டும் இன்றி, அவர்கள் தற்செயலாக வாங்கக்கூடிய புதிய புத்தகங்களை அவர்களுக்குக் காட்டுவதற்கும் வசதி செய்து கொடுத்தார். இதற்கு Serendipity என்று பெயர்.

ஒரு புத்தகக் கடைக்குச் சென்றால், அறுபது சதவிகிதம் பேர் எதிர்பாராத புதுப் புத்தகத்தை வாங்குகிறார்கள் என்று ஒரு புள்ளிவிவரம் உண்டு. அந்த உள்ளுணர்வு புத்தகம் படிப்பவர்கள் அனைவருக்கும் உண்டு. ஒரு காலத்தில் படித்துத் தெரிந்து கொள்ளலாம். இப்படி நான் வாங்கி வைத்த புத்தகங்கள் ஏராளம்.

உதாரணமாக ஆங்கில இசையில் ஸ்டாஃப் நோட்டேஷன் பற்றிய ஒரு புத்தகத்தை, நான் பம்பாயில், 1957ல் வாங்கினேன். எதற்கு வாங்கினேன் என்று இன்னும் தெரியவில்லை. இம்மாதிரியான திடீர்த்தனமான ஆர்வங்களுக்குத் தீனியாக அமெஸான், ஒரு சிறு ஆசிரியர் குழு அமைத்து இந்த வாரத்தின் மிக வினோதமான, மிக சுவாரசியமான, மிகச் சிறப்பான புத்தங்களைப் பட்டியலிடுகிறது, யாராவது மாட்டுவார்கள் என்று. இந்த வகையில் புத்தகம் விற்கும்போது அமெஸான் வாடிக்கையாளர்களைப் பற்றிய மறைமுகத் தகவல்களையும் சேகரிக்கிறார்கள். அதைப் பயன்படுத்துகிறார்கள். நீங்கள் ஜானகிராமன் புத்தகம் ஒன்று வாங்கினால், உடனே ஜானகி ராமனின் மற்ற புத்தகங்களை 'அமெஸான்' உங்களுக்குக் காட்டும். அதோடு மட்டும் இன்றி அவரைப் பற்றிய புத்தகங்கள், அந்தக்காலக் கட்டத்தின் மற்ற எழுத்தாளர்கள் என்று காட்டும் போது, 'அட பரவாயில்லையே! நமக்கு உகந்ததாகச் சொல் கிறார்களே!' என்று வாங்கிவிடுவீர்கள்.

ஆரம்பத்தில் விளம்பரம் இல்லாமல் ஆரவாரம் இல்லாமல்தான் தொடங்கியது அமெஸான். வாய்வார்த்தையாக, அதன் வாடிக்கையாளர் எண்ணிக்கை பத்து மடங்கு உயரும் என்று எதிர்பார்த்தார் பெஸோஸ். ஆனால், அது 100 மடங்காக அதிகரித்தது. ஒவ்வொரு மாதமும் 34 சதவிகிதம் என்கிற அளவில் வாடிக்கையாளர்கள் எண்ணிக்கையில் வளர்ந்து கொண்டே செல்ல, முதல் வருடத்தில் ஒண்ணரை கோடி டாலர் வியாபாரமாகியது. இரண்டாம் வருடத்தின் முதல் பாதி யிலேயே, அது மும்மடங்காகியது. இந்த வெற்றியின் ஆதாரம் என்ன? அமெஸான் விற்பது, காகிதத்தில் அடித்த புத்தகங்கள் தான். கணித்திரைப்புத்தகங்கள் அல்ல.

ஒரு காதலி/ காதலனைப் போல் தொட்டுத் தடவி, பிரித்து, முகர்ந்து பார்த்து, பிடிக்கவில்லை என்றால் கிழித்துப் போட்டு, அடிக்கோடிட்டு, பிரயாணத்தில், படுக்கையில், பாத்ரூமில்... என எடுத்துச் செல்லும் புத்தகங்கள்தாம். அவைகளை ஒரு கடைக்குப் போய், சந்தைக்குப் போய் வாங்க, வருடம் ஒரு முறை புத்தகச் சந்தைக்குச் சொல்ல வேண்டும். அமெஸானின் புத்தகச் சந்தை உலகளாவியது. சென்னைப் புத்தகச் சந்தைப் போல நூறுமடங்கு பெரியது. தினம் இருப்பது, உங்கள் வீட்டுக்கு வருவது. புத்தகத்தை இடம் பெயர்க்கும் முயற்சியில் ஈடுபடாதது

போன்றவைதான் அமெஸானின் வெற்றி ரகசியம். மேலும் நடு வியாபாரிகள் இல்லாததால் அவர்களால் சில சமயம் 40 சதவிகிதம் வரை கழிவு செய்து விற்க முடிந்தது. அந்தச் சேவைக்காக அமெஸான் 3 டாலர் வாங்குகிறது. அதை யாரும் மதிப்பதாகத் தெரியவில்லை. புத்தக வியாபாரிகள் அனைவரும் சேர்ந்து 'இந்திய அமெஸான்' ஒன்று தொடங்குமாறு கேட்டுக் கொள்கிறேன். இணையத்தால் உங்கள் வியாபாரம் அதிகரிக்குமே தவிர எந்த விதத்திலும் குறையாது.

அடுத்து, மின் சஞ்சிகைகள், அம்பலம் என்னும் மின் சஞ்சி கையை வழிநடத்தும் என் அனுபவத்தை உங்களுடன் பகிர்ந்து கொள்ள விரும்புகிறேன். இணையத்தில் பத்திரிகை படிக்கும் இஷ்டம் ஓர் எல்லைக்குள்தான் செயல்படுகிறது. ஒரு கணித் திரையில் தொடர்ந்து படிப்பதற்கு, அதன் பொறுமைக்கு ஒரு எல்லை இருப்பதைக் கவனித்தோம். குமுதம், விகடன் போன்ற எல்லா இணையப் பத்திரிகைகளையும் பார்ப்பவர் எண்ணிக்கை அதிகம். பார்ப்பது என்பது ஒரு விளம்பர போர்டைப் பார்ப்பது போலத்தான் இது. நின்று உள்ளே நுழைபவர்களின் எண்ணிக்கை பத்து மடங்கு குறைந்துவிடுகிறது. எனவே இன்று வரை இணையப் பத்திரிகைகள் எல்லாம் மைலாப்பூர் டைம்ஸ் மாதிரி இலவசப் பத்திரிகைகளே.

இவைகளை இவ்வளவு பேர் பார்க்கிறார்கள் என்று சொல்லிக் கொள்வதில் பெருமை இல்லை. அது தரத்தின் பாற்பட்டதல்ல. 'சும்மா வருகிறதே, போனால் போகிறது' என்று பார்ப்பவர்கள் தாம் அதிகம். இந்த உண்மை இணையப் பத்திரிகை நடத்து பவர்கள் எல்லோருக்கும் தெரியும். அதில் வரும் விளம்பரங் களில் கிடைக்கும் பணம் போதாது. இப்படி இருந்தும் ஏன் எல்லோரும் இணையப் பத்திரிகை ஆரம்பிக்கிறார்கள் என்பதற்குக் காரணம், ஆரம்பத்தில் அவர்கள் இதன் வியாபார சாத்தியத்தை மிகையாக மதிப்பிட்டதுதான். இண்டர்நெட் கொப்புளம் வெடித்துவிட்டது என்று சொல்வதற்கில்லை. கொஞ்சம் காற்று இறங்கி, சுருங்கிவிட்டது.

இண்டர்நெட் பத்திரிகையில் பணம் பண்ணுகிறேன் என்று சொல்பவர்கள் பொய் சொல்கிறார்கள். இதில் இண்டர்நெட் வாசகன் யார்? தனியாக இருப்பவன். ஒரு கணித்திரையின் முன் அவன் கவனத்தை ஈர்க்க லட்சக்கணக்கான மனைகள்

காத்திருக்கின்றன. அவைகளின் வசீகரம் மிக அதிகமானது. அதில் அவனுக்குக் கிடைக்கும் ரகசிய சிநேகிதமும், அடையாள இழப்பும், பொறுப்பில்லாத சுதந்திரமும் அவனை உலகெங்கும் குற்ற உணர்ச்சியின்றி எட்டிப்பார்க்க வைக்கின்றன. அவன் கவனத்தை ஈர்க்க நாம் அறிந்து கொண்டுவிட்டால், ஓரளவுக்கு இதன் உள்ளடக்கத்தை அதற்கேற்றவாறு அமைக்க முடியும்.

இணையப் பத்திரிகை என்பது வேறு மிருகம். நம் பத்திரிகை யாளர்கள் எல்லாம் சம்பிரதாய வாரப் பத்திரிகைகளில் வருவதை அப்படியே தருகிறார்கள். இது தப்பு. இணையத்தில் கொடுப்பதற்கேற்றவாறு சில விஷயங்கள் உண்டு. உலகச் செய்திகளை விவரமாக இணையத்தில் தருவது வீண். அதற்காக ஆயிரம் டி.வி. சானல்களும் பத்திரிகைகளும் உள்ளன. ஆனால் இங்கிருந்துபோன தமிழனுக்கு, தன் ஊர்ச் செய்திகள், அவர்களுக்குக் கிடைக்காத செய்திகள் பல உள்ளன.

உதாரணமாக, அவர்கள் விட்டுச்சென்ற தங்கள் சொந்த ஊரில், ஏதாவது கலவரம் அல்லது கல்யாணம் என்றால் அதைப்பற்றி அறிந்துகொள்ள விரும்புவார்கள். ஆர்வத்துடன் படிப்பார்கள். இவ்வகையில் தனிப்பட்ட, மற்ற இடத்தில் கிடைக்காத விஷயங் களைத்தான் அவர்கள் கவனிப்பார்கள். அதை Information rich products என்கிறார் Schwartz. இவைதான் இணையத்தில் செல்லுபடியாகும்.

இணையத்தில் மற்றொரு மிகப் பெரிய லாபம் ஒன்று உண்டு. மேல்நாட்டுக்குச் சென்றிருக்கும் தமிழர்களின், அங்கே பிறந்த அடுத்த தலைமுறையினருக்குத் தமிழில் ஆர்வம் ஏற்படச் செய் வதற்கான சாத்தியங்கள் இணையத்தில் உள்ளன. அதேபோல் கவிஞர்கள், தங்கள் எளிய கவிதைகளைப் படித்துக் காட்டலாம். சிலருக்கு மெல்ல, மெல்ல, தமிழை எழுதப் படிக்கக்கூடக் கற்றுத்தரலாம். இது ஒரு மிகப்பெரிய பயன். நாங்கள் அம்பலத் தில் கவிஞர்களையும் எழுத்தாளர்களையும் படித்துக்காட்டச் சொல்லப்போகிறோம்.

இணையத்தின் நவீனத்தால் தமிழனின் தொன்றுதொட்ட பழைமை பாதிக்கப்படும்; தமிழ், இணையத்துக்கு ஏற்ப மாறிவிடும் என்று சிலர் அச்சுறுத்துகிறார்கள். அது நிகழாது. தமிழுக்கேற்ப இணையம் மாறுவதைத்தான் நான் பார்க்கிறேன்.

இந்த ஊடகங்கள் எல்லாம் இலக்கியத்தைச் சாசுவதப்படுத்து கின்றன என்பதை அறிய முடிகிறது. நூற்றாண்டின் ஆரம்பத்தில் தமிழின் பழைய இலக்கியங்கள் அழிந்துவிடும் என்கிற அச்சம் இருந்தது. இப்போது அழியவே அழியாது என்று அழுத்தமாகச் சொல்ல முடிகிறது. உலகில் எங்காவது ஒரு அடர் தகட்டிலோ, கணிப்பொறியிலோ, நினைவறைகளிலோ இருக்கும் என்று சொல்ல முடிகிறது.

இலக்கியம் என்னும் அடையாளத்தைப் புதிய ஊடகங்களால் மாற்ற முடியாது. அவைகளின் சாசுவதம்தான் மாறும். அவைகளை நேரம் கிடைக்கும்போது அணுகும் வசதி பெருகும். இலக்கியம் என்கிற பொதுப் பிரிவில் படைக்கப்படும் எதுவுமே... காகிதமோ, இல்லையோ - அழியாது. உலகில் ஏதேனும் ஒரு கணிப்பொறியில் இருக்கும். இலக்கியத்தை அனுபவிக்க, அந்த மொழியில் எழுதப் படிக்கத் தெரிந்திருக்க வேண்டும் என்கிற அவசியமில்லை. வாய்மொழியாகக்கூட அது நெட்டில் பரவ வாய்ப்பு உள்ளது. இதனால் இணையம் சார்ந்த காவியங்கள், கவிதைகள், ஏன் புதிய நாட்டுப்புறப் பாடல்கள் கூடத் தோன்றலாம். உதாரணம், 'இணையத்தில் சந்தித்த மயிலே! உன் பேர் எழுதி அனுப்பு ஒரு மெயிலே!' ஒரே ஒரு அபாயம். இணையத்தில் மோசமான இலக்கியம் மலிவதற்கு வாய்ப்புகள் அதிகம்.

நீங்கள் எழுதிய கவிதையை உங்கள் வலைமனையில் அதை வைத்தபின், நானூறு வருஷம் கழித்து செக்கோஸ்லேவாக்கியா வில் முதன்முறையாகப் படிக்கப்படலாம். இலக்கியத்தால் ஏற்படும் பாதிப்பும், பரபரப்பும் இணையத்தில் குறைந்துவிடும். வணக்கம்!

11

திருவரங்கத்தில் மார்கழித் திருநாள் விழாவுக்குச் சென்றிருந்தேன்.

இராப்பத்தில் அரையர் சேவையில் திருவாய்மொழியின் முக்கியமான ஐந்தாம்பத்து நூறு பாடல்கள் சேவித்துக்கொண்டிருந்தார்கள்.

பத்துப்பாட்டுக்கு ஒரு பாட்டு அபிநயம் செய்துகொண்டு, ஏறத்தாழ, ஆயிரம் வருடங்களாகியும் நம்மாழ்வாரின் 'உற்றார்கள் எனக்கில்லை, யாரும் என்னும், உற்றார்கள் எனக்கிங்கெல்லாரும் என்னும்' போன்ற வரிகள் ஆயிரங்கால் மண்டபத்தில் ஒலிப்பது எனக்கு வியப்பையும் சிலிர்ப்பையும் தந்து பிரபந்தத்தை ஒழுங்காகத் தொகுத்து, கிரமப்படுத்திய நாதமுனிகளின் மேதமையையும் நினைக்கத் தோன்றியது.

ஸ்ரீரங்கத்தில் கொள்ளிடத்தருகில் ஆளவந்தான் படித்துறையருகில் மணவாள மாமுனிகளை பள்ளிப்படுத்திய திருவரசு இருக்கிறது. அது மிகவும் சிதிலமாகி, சிலைகள் பூமியில் புதைந்துள்ளன.

மணவாள மாமுனிகள் ஒரு Giant. திருவாய் மொழியை திராவிட வேதம் என்று குறிப்பிட்டு, 'வடமொழியில் உச்சாடனங்கள் தேவையில்லை. தமிழே போதும்' என்று முதன் முதலாகத் தமிழ்நாட்டில் வைணவக்கோயில்களில் தமிழுக்கு முக்கியத்துவம் அளித்தவர். நம்பிள்ளையின் ஈட்டு வியாக்கியானத்தைக்

கட்டாயப்பாடமாக்கியவர். சில விட்டுப்போன பகுதிகளுக்கு தானே வியாக்கியானம் எழுதியவர். உபதேச ரத்தினமாலை என்கிற அழகிய வெண்பாக்களை யாத்தவர். பிள்ளை லோகாச்சாரியாரின் ஸ்ரீவசன பூஷணத்தின் ரத்தினச் சுருக்கமான வரிகளுக்கு விளக்கம் எழுதியவர்.

இவரைப் பள்ளிப்படுத்திய இடம் கேட்பாரற்றுக்கிடக்கிறது. சரித்திரக் குற்றம். இதன் சரித்திர முக்கியத்துவத்தை யாராவது உணரவேண்டும் என்று அதற்கான முதல் அடியெடுத்து வைக்கத் தீர்மானித்தேன்.

தமிழக அமைச்சர் திரு. துரைமுருகனையும், ஆழ்வார்கள் ஆய்வு மையம் திரு.ஜகத்ரக்ஷகன் எம்.பி அவர்களையும் சந்தித்து இதைப் பற்றிச் சொன்னேன். அவர்கள் அடுத்த முறை திருச்சி செல்லும்போது அதைப் பார்வையிடுவதாகச் சொன்னார்கள்.

சுமார் அரை கிரவுண்டு நிலம். அதற்குப் பாதை அமைத்து, வேலியிட்டு, ஒரு சன்னிதி இருக்கிறது. அதைச் செப்பனிட்டு மணவாள மாமுனிகளின் வாழ்க்கை பற்றி, கல்லில் ஒரு சிறு குறிப்பு எழுதி, அதை ஒரு கலாசார முக்கியத் தலமாக அங்கீகரிக்க வேண்டும்.

ராமானுஜரும், நம்மாழ்வாரும் திருவரங்கம் வானமாமலை கோயில்களிலேயே பள்ளிப்படுத்தப்பட்டனர். மணவாள மாமுனிகள் மறக்கப்பட்டுவிட்டார்.

இதற்காக ஒரு பாரபட்சமற்ற குழு அமைத்து நிதி திரட்ட ஏற்பாடு செய்யும் வரை, வைணவ அன்பர்கள் எனக்கு ஆதரவு தெரிவித்து எழுதலாம்.

இந்த ஆண்டுக்கான குறள்பீட விருது தமிழறிஞர் அ.ச. ஞான சம்பந்தன் அவர்களுக்கு அளிக்கப்பட்டிருக்கிறது. வள்ளுவர் கோட்டத்தில் நடந்த அரசாங்க விழா, சற்று இழுத்தடித்தாலும் தமிழனுக்கும் தமிழுக்கும் முக்கியமான விழா என்பதால் அனைவரும் கடைசிவரைக் காத்திருந்து கைதட்டிப் பாராட்டி னார்கள்.

முதலில் தமிழ் சங்கப்பலகையினருக்கு ஒரு வேண்டுகோள்.

‘குறள் பீடம்’ என்பது ஞானபீடம் போல் வருடத்துக்கு ஒரு அறிஞருக்குத்தான் கொடுக்கப்பட வேண்டும்.

ஏறக்குறைய இதே பெயர் கொண்டு இரண்டு லட்சத்திலிருந்து ரூபாய் 5000 வரை சுமார் நாற்பது பேருக்கு விருதும், காசோலையும் வழங்கியதால் மண்டபத்தில் உள்ளவர்கள், வாகன ஓட்டுனர்கள் வரை அத்தனை பேருக்கும் குறள்பீடம் கொடுத்துவிட்டதுபோல் ஒரு தடுமாற்றம் ஏற்பட்டது.

அடுத்த ஆண்டு இதை நடத்தும்போது குறள்பீடம் என்கிற பெருமதிப்புக்குரிய விருதை மட்டும் தனிப்படுத்தி ஒரு நல்ல விரிவான Citation, ஓர் இலக்கியச் சொற்பொழிவு, விருது பெற்றவரின் புத்தகத்திலிருந்து சில மேற்கோள்கள், ஒரு நன்றியுரை என்று தனி பிரகாசத்துடன் இதை நடத்த வேண்டும்.

தமிழ் வளர்ச்சிக் கழக சில்லரை பரிசுகளையெல்லாம் மற்றொரு தினம் வைத்துக்கொள்ளலாம்.

பரிசு பெற்றவர்கள் அனைவரும் தகுதியுள்ளவர்களே. எந்தத் தகுதி என்பதில்தான் கருத்து வேறுபாடு இருக்கலாம்.

அ.ச.ஞா.வின் தகுதி பற்றி யாருக்கும் ஐயமில்லை. அவர் ஏற்புரையின்போது கலைஞரைப் புலி என்றும், 'அவர் சஞ்சரித்த காட்டில் நான் நுழையவில்லை' என்றும் பேசினார்.

கலைஞர் முடிவில் பேசுகையில், 'புலி' என்று சொல்வது இந்தக் காலங்களில் அர்த்தம் மாறிவிடுகிறது என்றும், சங்கப் பலகை பரிசுகளை வழங்குவதில் அரசின் பாரபட்சமற்ற தன்மையை விளக்கியும் சொன்னார்.

அறிஞர் அண்ணா, ராஜாஜி, கலைஞர், விந்தன், ஜெயகாந்தன் போன்றோரிலிருந்து அண்மைக்கால பாமா, விழி, பா. இதய வேந்தன், அய்க்கண் போன்றோர் வரை பதினாறு சிறுகதைகள் தேர்ந்தெடுக்கப்பட்டு அவை ஆங்கிலத்திலும், இந்திய மொழிகளிலும் பெயர்க்கப்பட்டு வெளியிடப்பட்டது. (இ.பா., அசோகமித்திரன், சுரா மிஸ்ஸிங்) அவசரத்தில் ஆங்கில அச்சுப் பிழைகள் அதிகம். (அடுத்த பதிப்பில் திருத்திக் கொள்ளலாம்.)

இரண்டரை மாதத்தில் பதினாறு புத்தகங்களைக் கொண்டுவந்த தற்கு முனைவர் நாகராசன் அவர்களைப் பாராட்ட வேண்டும்.

அடுத்த முறை இந்த விழாவை, சுருக்கமாக, வேறுவிதமாக நடத்துமாறு கேட்டுக்கொள்கிறேன்.

12

இரண்டு திரைப்படத் தொடக்க விழாக்களுக்குச் சென்றிருந் தேன். அர்ஜுனின் 'வேதம்' எஸ்.வி.சேகரின் 'கிருஷ்ணா கிருஷ்ணா'. அதனுடன் மேலும் மூன்று படங்கள் அன்று தொடங்கப்பட்டன. நான் போகவில்லை.

இந்த விழாக்களுக்கெல்லாம் திணை, துறை உண்டு. அமாவாசை யில் ஆரம்பிக்க வேண்டும். பூஜை போட புதிய ஒரு க்ளாப் போர்டு வேண்டும். நிறைய தேங்காய் வேண்டும். வந்திருக்கும் பிரமுகர்கள் எல்லோரும் ஒரு கல்லில் தேங்காய் உடைக்க வேண்டும்.

வருவோர், போவோர் அனைவரும் ஒருவரை ஒருவர் தழுவிக் கொள்ள வேண்டும். 'இந்தப்படம்தான் சூப்பர் ஹிட் ஆகப் போகிறது' என்கிற பொய்யைத் தவறாமல் சொல்ல வேண்டும். ப்ளாஸ்டிக் தம்ளர்களில் காப்பி சாப்பிட வேண்டும்.

வேதமந்திரங்களை உச்சாடனம் செய்துவிட்டு, சினிமா சாஸ்திரி கொடுக்கும் குங்குமத்தை நெற்றியில் தொட்டுக்கொள்ள வேண்டும்.

பூஜையில் தவறாது ஸ்க்ரிப்ட் வைக்க வேண்டும். 'ஸ்கிரிப்ட்' என்றால் படத்தின் பெயர் வைத்து, குங்குமப் பொட்டிட்டு, சந்தனம் பூசிய ஒரு பைல். பிரித்துப் பார்த்தால் உள்ளே காகிதங் களில் ஏதும் எழுதியிருக்க வேண்டும் என்கிற கட்டாயம் இல்லை.

பூஜை, படப்பிடிப்பில் அல்லது பாடலில் தொடங்கலாம். பாடலில் தொடங்கினால் பாடல் பதிவு செய்யும் எலக்ட்ரானிக் கான்சோலுக்கு தேங்காய் மேல் கற்பூரம் ஏற்றிக் காட்ட வேண்டும். படப்பிடிப்பு என்றால், மிட்சல் அல்லது ஏரிப்ளெக்ஸ் காமிராவுக்கு சூடம் காட்ட வேண்டும்.

'ஆத்தா, நான் ஜெயிச்சுட்டேன்' அல்லது 'நான் நினைச்சா, வெற்றிதான்' போன்ற வசனம் கதையில் இருக்கிறதோ இல்லையோ படமாக்கப்படும். அனைவரும், அனைவரையும் ஆரத் தழுவியவுடன், டிபன் சாப்பிட்டபின் விழா இனிதே நிறைவு பெற, கதையை யோசிக்க தத்தம் ஓட்டல் ரூமுக்குத் திரும்புவார்கள்.

2000ம் ஆண்டில் தமிழில் மொத்தம் 165படங்கள் வெளிவந்தன. நேரடிப் படங்கள் 69. மொழிமாற்றம் 98. 'புல்லானாலும் பெண் சாதி, 'சூப்பர் பாய்', 'ஆத்தங்கரை ஓரம்', 'ஆளைப்பாத்து மாலை மாத்து' போன்ற டைட்டில்களில் படங்கள் வந்திருப்பது உங்களுக்குத் தெரியுமோ?

டப்பிங் செய்யப்பட்டு, தணிக்கை செய்யப்பட்டு வெளிவராத படங்களின் எண்ணிக்கை 147.

வெளிவந்த 165ல் 25 வாரம் ஓடிய படம் 1. 'வானத்தைபோல'. 150 நாள் ஓடியது ஒன்று. 'குஷி' . 100 நாள் ஓடிய படம் 12. அவை களில் மூன்றில் என் பங்கு இருந்தது. (முதல்வன், கண்டு கொண்டேன் கண்டுகொண்டேன், பாரதி), அலைபாயுதேவிலும் கொஞ்சம் உதவினேன்.

'மீடியா ட்ரீம்ஸ்' போன்ற நிறுவனங்கள் திரைப்படத் தயாரிப்பில் ஒரு கார்ப்பரேட் ஒழுங்கைக் கொண்டுவர முயற்சித்திருப்பது இந்த வருடத்தின் முக்கிய செய்தி. திரைப்படத்துக்குத் தனி அடையாளம் கொடுத்து, அதற்கான தனி ஆதரவாளர்களைப் பெருக்கினால்தான் தற்போது Self destructionல் செல்லும் இந்தத் துறை பிழைக்கும்.

13

‘முத்ரா’வின் ஒரு நாள் கருத்தரங்கில் தொடக்க உரை நிகழ்த்த பாரதிய வித்யா பவன் சென்றிருந்தேன். ஞாயிறு காலை மினி ஹாலில் அதைவிட மினி கூட்டம்.

‘ஹிண்டுல போட ஏனோ மாட்டேன்னுட்டாங்க. அதனாலதான் புவர் அட்டெண்டன்ஸ்’ என்றார் பாஸ்கர். அவரும், மனைவியும் ஆர்வத்துடன் நடத்தும் ‘முத்ரா’வின் இதுவரை சாதனைகளை விவரித்தார்.

இனிமேலும் ரசிகர்கள் வரக் காத்திராமல் ஒருநாள் செமினாரைத் தொடங்கி வைத்தேன்.

மொத்தம் ஐம்பது பேரில் யாரார் கடைசிவரை இருக்கப் போகிறார்கள் என்று வரவேற்புரையின்போது யோசித்தேன். ப்ரேயர் பாடிய பெண் நிச்சயம் பத்து நிமிஷத்துக்கு மேல் தங்கமாட்டாள். அவளுக்கு எக்ஸாம் இருக்கிறது. கர்நாடக சங்கீதத்துக்கு ஆதரவு என்பது சென்னையில் மழைக்கால, குளிர்கால, மேல்மட்ட பிராமணப்பங்கீட்டு ஆதரவு.

டிசம்பர், ஜனவரியில் சுமார் 800 கச்சேரிகள் நடக்கின்றன. இடையே வெளிநாட்டிலிருந்து நம் நாட்டு சங்கீதத்தை அரை குறையாக அறிந்தவர்களின் ஆர்வக் கோளாறுகள். அவ்வப் போது பளிச்சிடும் திறமைகள், காட்டில் எரிந்த நிலவாக, கவனிக்கப்படாமல், மத்தியான வேளைகளில் காலி நாற்காலி களில் எதிரொலித்து விரயமாகும் காமவர்த்தினியும், தோடியும்,

காம்போதியும். இதனிடையே என். ஆர். ஐக்கள், மினரல் வாட்டர் பாட்டில்களுடன் வந்து அரை டிராயர்களை அரை மணிக்குத் துறந்து, சரிகை வேட்டி ஜிப்பாவுடன் பாடும் அபசுரங்கள்.

செமினாரில் சில உருப்படியான யோசனைகள் சொன்னேன். முதல் யோசனை கர்நாடக சங்கீதத்தின் ராகங்களை மக்கள் எளிதில் புரிந்து ரசிக்க, அவைகளை ஆதரித்த சினிமாப்பாடல் களைக் கச்சேரியில் குறிப்பிட்டால் பாமர மக்களில் பத்து விழுக்காடு, அடுத்த கட்டத்துக்கு அடி எடுத்து வைப்பார்கள் என்றேன். மேலும் பண்பலை என்னும் எப்.எம். ஒலிபரப்பு இப்போது தனியாருக்கு அனுமதிக்கப்பட்டிருப்பதால் முத்ரா போன்றவர்கள் 24மணி நேரமும், கர்நாடக சங்கீதம் கேட்கும் ஒரு சானல் ஆரம்பிக்கலாம். அதற்கு கார்ப்பரேட் ஆதரவு தேவை யென்றால் டி.டி.கேயும், பெண்டாவும், ஸ்டெர்லிங்கும், டி.வி.எஸ்.ஸும் வற்புறுத்தி வாங்கிவிடலாம்.

அமெரிக்காவில் கண்ட்ரி, கிளாசிக்கல், ஆர் அண் பி போன்றவை களுக்குத் தனியான முழுநாள் சானல்கள் உள்ளன.

கர்நாடக சங்கீத சானலில் கச்சேரி, கச்சேரி என்றில்லாமல் நல்ல திறமையுள்ள விஷயம் தெரிந்த அறிவிப்பாளர் ராகத்தின் வினாயசங்களையும், வித்தியாசங்களையும் விளக்கலாம். எடுத்துக்காட்டலாம்.

அவ்வப்போது கர்நாடக சங்கீதம் சார்ந்த சினிமாப் பாடல்களை அறிமுகப்படுத்தலாம்.

சென்னை பண்பலையில் போன் இன் நிகழ்ச்சியில் என்னை விளித்தபோது, ரஹ்மானின் 'மலர்களே மலர்களே' பாட்டை ஒலிபரப்பிவிட்டு ஸ்டூடியோ பாடகியை சாரங்கா ராகத்தில் 'எந்த பாக்யமு' பாடச் சொன்னேன். பாராட்டி நிறைய போன்கால்கள் வந்தன. இந்த மாதிரி கொடுத்தால் கேக்கலாமே என்று.

ராகத்தைக் கண்டுபிடிக்க ஒரு க்விஸ் வைத்து சௌபாக்யா வெட் கிரைண்டர்களும், சுப்ரீம் பர்னிச்சர் நாற்காலிகளும், சுருதிப் பெட்டிகளும் பரிசாகக் கொடுக்கலாம்.

'புது வரவு' என்று காஸட் அனுப்புபவர்களின் பாட்டை , கேட்கச் சுமாராக இருந்தால், ஒலிபரப்பலாம். வருடாந்திர அவார்டு கொடுக்கலாம்.

கர்நாடக சங்கீதம் சென்னை, பெங்களூரு, கொஞ்சம் கோவை, மிகக் கொஞ்சம் திருச்சி, மதுரை போன்ற சதுப்பு நிலபிரதேசங்களில் மட்டும் பரவிய ஒரு கலை.

அதன் சிறப்பை முழுவதும் அறிந்தவர்கள் திரை இசை அமைப்பாளர்கள். அவர்கள் தங்கள் தொழிலுக்கு அதைக் கலந்தடித்து முழுவதும் பயன்படுத்துகிறார்கள். ரஹ்மான், தேவா, ராஜா போன்றவர்களின் ஒவ்வொரு பாட்டிலும் இதன் சாயலைப் பார்க்க முடிகிறது.

ரஹ்மான் நிறைய கல்யாணி (சில்லல்லவா) சிந்து பைரவி (என்ன சொல்லப் போகிறாய்) பயன்படுத்துகிறார். சிவரஞ்சனியை அனைவரும் உண்டு இல்லை என்று பண்ணிவிட்டார்கள். இந்த இசைக்கு இவர்கள் பிரதி உபகாரம் எதுவும் செய்யவில்லை.

தியாகராஜ ஆராதனை உற்சவம் என்பது ஒரு தனி மிருகம். அதில் பாட்டைவிட இரைச்சல்தான் அதிகம். அது ஒரு வருஷாப்திகம். கொஞ்ச நஞ்சம் இருக்கும் அற்புதமான பாடகர்கள் டிசம்பரில் ஓவராக பாடி, தொண்டை வறண்டு கடைசியில், 'ஏண்டாப்பா பாடினோம், ஏண்டாப்பா கேட்டோம்' என்று ஆக்கிவிடுகிறார்கள்.

ஒரு அழியும் கலைக்கு உண்டான அத்தனை அடையாளங்களும் உள்ளன - கர்நாடக சங்கீதத்துக்கு! இதைக் காப்பாற்ற டெக்னாலஜியால்தான் முடியும்.

14

மதுரையில் இரண்டு நாள்.

அழகர் கோயில் (திருமாலிருஞ்சோலை) திருமோகூர் கோயில்களுக்குச் சென்றிருந்தேன்.

மதுரை வானொலியில் பேராசிரியர் கு. ஞானசம்பந்தனுடன் என் பேட்டி, உறவினர் கல்யாணம் என்று முத்துநகர் எக்ஸ்பிரஸைப் பிடித்துத் திரும்பும் வரை மூச்சுவிட நேரமில்லாமலிருந்தது.

திருமாலிருஞ்சோலை என்னும் அழகர் கோயில், கிராமத்து தேவதையும் வைணவமும் சமரசம் செய்து கொள்ளும் ஓர் உத்தம உதாரணம்.

பெருமாளுக்கு கள்ளழகர் என்று பெயர் வைத்து, அவரைத் திருட வைத்து, முஸ்லிம்களுடன் சமரசத்துக்கு துலுக்க நாச்சியார் கதை வைத்து, 'சைவ வைணவ' இணைப்புக்கு சுந்தரேசுவரர் கல்யாணத்துக்குத் திருமாலை வரவழைத்தது போன்ற நல்லிணக்க முயற்சிகளின் தாய் நகரம் மதுரை.

முனிசிபல் வசதிகளைப் பார்க்கையில் மதுரையை இன்னமும் ஒரு Over grown village என்றுதான் சொல்ல முடிகிறது.

வைகைக்கு இரண்டு ஒருவழிப் பாலங்கள் நான் கண்ட முன்னேற்றம். புதிய பேருந்து நிலையம், விமான நிலையம் போல பெரிதாக இருக்கிறது, ஊருக்கு வெளியே.

மதுரைக்கு நான் முதலில் வந்த போது எர்ஸ்கின் ஆஸ்பத்திரி காட்சி ஒன்றை 'நகரம்' என்று சிறுகதையாக எழுதி முப்பது ஆண்டுகள் ஆகின்றன. அந்தச் சிறுகதையின் முதல் பாராவில் நகரத்தை வருணித்திருந்தேன். அதை எந்த விதத்திலும் இப்போது திருத்தத் தேவையில்லாமல் அப்படியே காலத்தில் உறைந்துவிட்டது போன்ற நகரம். மக்கள் தொகையும் போக்கு வரத்து அடர்த்தியும் அதிகமாகியுள்ளன. சினிமா டிக்கெட் விலை கூட மெல்லத்தான் அதிகமாகயிருக்கிறது. பால் கனி 20 ரூபாய்.

திருமோகூர் நம்மாழ்வாரால் பாடப்பட்ட எட்டாம் நூற்றாண்டுக் கோயில். அதில் பெருமாளை மறந்துவிட்டார்கள். சக்கரத்தாழ் வார் பிரதானமாகிவிட்டார். 200 ரூபாய்க்கு சக்கரத்தாழ்வார் யந்திரம் பதித்த தகடுகள் விற்கிறார்கள்.

வைணவக் கோயில்களில் குட்டி தெய்வங்கள் என்று ஒரு தனிப்பட்ட ஆராய்ச்சிக் கட்டுரை எழுதலாம்.

அழகர் கோயில் மாலிருஞ்சோலையைப் பெரியாழ்வார், ஆண்டாள், திருமங்கையாழ்வார், நம்மாழ்வார் அனைவரும் பாடியுள்ளார்கள்.

'கிளரொளி இளமை கெடுவதன் முன்னம்' என்னும் நம்மாழ்வார் திருவாய் மொழி பிரசித்தமானது, அழகானது.

இவர்களுடன் பிள்ளைப்பெருமாள் ஐயங்கார், பலபட்டை சொக்கநாதப் புலவர் போன்றவர்களும் அம்மானைகளும் பிள்ளைத் தமிழ்களும் கிள்ளை விடுதூதும் பாடியிருக்கிறார்கள்.

ஆண்டாளைப் பள்ளிப்படுத்திய இடம் இங்கேதான் என்று சொல்கிறார்கள். இது குருபரம்பரைக் கதைக்கு மாறானது. அதில் திருமாலுடன் ஐக்கியமானது திருவரங்கத்தில், இங்கேதான் ஐக்கியமானார் என்று உள்ளூர்க்காரர்கள், சிறுபான்மையினர் சொல்கிறார்கள்.

மதுரை, முகவை மாவட்டங்களில் கிழக்குப் பகுதியிலுள்ள கிராமத்தவர்கள் இந்தக் கோயிலுக்கு அதிகமாக வந்திருக்கி றார்கள். கிராம தேவதைகளுக்கு ப்ரமோஷன் கிட்டி அவர்கள் மேற்சாதிக் கடவுளாக மாறும் போது ஏற்படும் சமரசம் இரு பாலருக்கும் ஏற்றபடி நடைபெறுகிறது.

அறுவடையின் முதல் விளைச்சலை சாமிக்குக் கொட்ட நெற் கோட்டைகள் வைத்திருக்கிறார்கள். அதைவிட கோயிலுக்கு வெளியே ஆடு வெட்டவும் ஒரு மண்டபம்!

மதுரை வானொலி பேட்டி எடுத்தபோது சிறிய வானொலி நிலையங்கள் அந்த வட்டாரத்து நாட்டுப்புறப்பாடல்களைப் பாதுகாக்க வேண்டிய கட்டாயத்தை, கடமையைச் சொன்னேன். ஏ. ஆர். ரகுமான் பாட்டுக்களைப் பரப்ப ஆயிரம் ஸ்தலங்கள் இருக்கின்றன. கம்பம், தேனிப் பகுதியின் உண்மையான நாட்டுப்புறப் பாடல்களைப் பாடி, பதிவுசெய்ய ஒரு நிலையம் தான் இருக்கிறது என்று சொன்னேன்.

மதுரை வானொலி தொடங்கியபோது கவிஞர் ஜெயபாஸ்கரன், என்னை அருமையான ஒரு பேட்டி எடுத்தார். அதன் நாடா இருக்கிறதா? என்று கேட்டேன். பேட்டி ரொம்ப நன்றாக இருந்தது. அதனால் அழித்துவிட்டோம் என்றார் அந்த அரசு அதிகாரி.

15

சாவியுடன் என் நட்பு சுமார் முப்பதாண்டுகளாகத் தொடர்ந்தது.

குறிப்பாகச் சொல்லப்போனால் அவருடைய மூத்தமகள் கல்யாணத்துக்கு அழைப்பில்லாமல் சென்றிருந்தேன். மதுரை சோமு கச்சேரி நடந்துகொண்டிருந்தது. நண்பர் ஒருவர் 'இந்தப்பையன், 'சுஜாதா'ங்கற பேர்ல குமுதத்தில் எழுதறான்' என்று அறிமுகம் செய்த உடனே, ரிஸப்ஷன் மாப்பிள்ளையை விட்டுவிட்டு என்னைப் பிடித்துக் கொண்டார்.

'நல்லா எழுதறீங்க. தினமணி கதிருக்கும் எழுதுங்களேன்' என்றார்.

'எழுதறேன் ஸார். எப்ப வேணும்?' என்றேன்.

'நாளைக்கே ஆபிசுக்கு ஒரு சிறுகதை கொண்டுவாருங்களேன்' என்றார்.

அப்போதெல்லாம் ஆரம்ப எழுத்தாளர்களிடம் ஆசிரியர்கள் இந்த ரேஞ்சுக்குப் பேசமாட்டார்கள். ஆசிரியர்களை அணுகுவதே கஷ்டமாக இருக்கும். இடையே ஏகப்பட்ட உபதெய்வங்கள் இருக்கும். சாவி அவ்வளவு சரளமாக இருப்பதை வியந்து, இவரோடு இரவாக 'அம்மோனியம் பாஸ்பேட்' என்ற ஒரு கதை எழுதி, மவுண்ட் ரோட்டில் எக்ஸ்பிரஸ் எஸ்டேட்டில் இருந்த அவரது அலுவலகத்துக்குக் கொண்டு சென்றேன். அங்கே விந்தன், வை. சுப்ரமண்யன், ஓவியர் தாமரை போன்றோரைச்

சந்தித்த ஞாபகம் இருக்கிறது. ஓரத்தில் ஒரு சிறிய அறையில் சாவி உட்கார்ந்திருந்தார். தினமணி கதிரை மறுபடி தொடங்கி, லட்சம் பிரதிகளை ஒரு மாதத்திலேயே எட்டியிருந்தார். என் கதையை வாங்கிய உடனே கம்போசிங்க்கு அனுப்பினார்.

'படிச்சு பாருங்க ஸார்' என்றேன்.

'தேவையில்லை. கதை வந்த அடுத்த வாரம் வாசகர் கடிதத்தில் இருந்து தெரிஞ்சுரும். நன்னா இருந்தா பாராட்டுவாங்க, இல்லைன்னா திட்டுவாங்க.' என்றார்.

இந்த மாதிரி அனுபவமும் ஒரு ஆரம்ப எழுத்தாளனுக்கு பெரிய டானிக்.

எழுத்தாளனின் எழுத்தை மட்டும் இல்லாமல், அவர்கள் உரு வத்தையும் வாசகர்களுக்குக் காட்ட விரும்பினார் சாவி. டிரைவ் இன் ஓட்டலில் சுஜாதாவைச் சந்தியுங்கள் என்று விளம்பரம் கொடுத்து, பெங்களூரிலிருந்து என்னை வரவழைத்து மேடை யேற்றி ஆர்ப்பாட்டமான விழா நடத்தினார். என்னுடன் ஓவியர் ஜெயராஜுக்கும் மரியாதை செய்தார். அதன்பின் வி.ஜி.பி. தங்கக் கடற்கரையில் தங்கச்சாவியை மணலில் ஒளித்துவைத்து பல்லா யிரம் பேரைத் தேடச் சொன்னார். அந்தக் கூட்டத்திலும் என்னை வாசகர்கள் ஒரு சினிமா நடிகனைப் போலச் சூழ்ந்து கொண் டார்கள். தெரியாத்தனமாக இந்த எழுத்துத் துறையில் மாட்டி னோமோ என்ற பயமும், எச்சரிக்கையும் எனக்கு ஏற்பட்டது. அவ்வளவு தூரத்துக்கு அந்தக் காலகட்டத்தில் வாசகர்கள் புதுவகையான எழுத்துக்குக் காத்திருந்திருக்கிறார்கள்.

சாவி அடிக்கடி பத்திரிகை மாறுவார். முதலில் ஆனந்த விகடன். அதன்பின் கல்கி, அதன்பின் வெள்ளிமணி. மீண்டும் விகடன், கதிர், சேட்டுடன் சண்டை வந்து விலகி, கலைஞரின் ஆதரவுடன் குங்குமம் பத்திரிகை ஆரம்பித்தார். அதன் முதல் இதழிலேயே என்னைக் கதை எழுத வைத்தார். 'குணம்' என்கிற சிறுகதை. 'நிர்வாண நகரம்' - அப்போது நான் எழுதியது. பாராட்டப் பட்டது. கதாநாயகனுக்கு சிவராசன் என்று பெயர் வைத்தது பின்னால் சில சங்கடங்கள் தந்தது.

குங்குமத்திலும் அவர் அதிக நாள் நிலைக்கவில்லை. தனக் கென்றே பத்திரிகை தொடங்க எண்ணி 'சாவி' இதழைத்

தொடங்கினார். அதன் முதல் பிரதிகள் கல்கண்டு போலக் குறைந்த விலைக் காகிதத்தில் வந்தன. அந்த முதல் இதழிலேயே என்னைத் தொடர் கதை எழுதச் சொன்னார். ('நில்லுங்கள் ராஜாவே') குங்குமம் பத்திரிகையில் இருக்கும்போதே பல புதுமைகள் செய்தார். பாலகுமாரன், சுப்ரமண்ய ராஜு இரு வரையும் ஒரு இதழ் தயாரிக்க வைத்தார். அதில் நான் குழந்தை கள் ஆண்டு என்கிற கவிதை எழுதினேன். அது இன்னமும் சிலர் ஞாபகத்தில் இருக்கிறது. மலையாளத்தில் மொழி பெயர்க்கப் பட்டது.

அதே வழக்கத்தைத் தொடர்ந்த சாவி, என்னை ஒரு சாவி இதழுக்கு ஆசிரியராக மாறும்படிப் பணித்தார். 'உன் இஷ்டப்படி எதை வேண்டுமானாலும் செய்' என்று சொன்னார் சாவி. இதழில் வழக்கம்போல் அழகான பெண்ணின் படத்தை அட்டைப் படத்தில் போடாமல் மணியம் செல்வனை ஒரு குழந்தையின் படத்தை வரையச் செய்தேன். அதற்கு நஷ்ட ஈடாக நடுப்பக்கத்தில் ப்ளேபாயிலிருந்து ஒரு படம் எடுத்துப் போட்டேன். சாவி அதற்கு மறுப்பு சொல்லவில்லை. அந்த இதழில் புத்தக விமரிசனம், அறிவியல் கட்டுரை, கலா ப்ரியாவின் கவிதை எல்லாம் இருந்தது. ஆனால் தப்பான காரணத்துக்காக அது வந்த முதல் நாள் காலையிலேயே விற்றுத்தீர்ந்தது.

பின்னர் நான் குமுதம் ஆசிரியராகப் பணி ஏற்றபோது அந்த ஒருவாரப் பயிற்சி எனக்கு மிகவும் பயன்பட்டது. அப்போதே தமிழர்கள் கடி ஜோக்குகளிலும் ஹைக்கூ கவிதைகளிலும் தேர்ந்தவர்கள் என்பது தெரிந்தது. சாவி மாத நாவல் வெளியிட்டார். 'அப்ஸரா' என்கிற நாவல் எழுதிக் கொடுத்தேன். புத்தகங்கள் வெளியிட்டார். நிர்வாண நகரம் முதலில் சாவியின் மோனா பப்ளிகேஷன்சில் வெளியானது.

தொடர்ந்து எங்களுக்குள் உறவு இருந்தாலும், அவ்வப்போது கார்ப்பரேஷன் சோடியம் விளக்கு போல எரிந்து, எரிந்து அணையும். காயத்ரி வெளிவந்தபோது அதனைக் காட்டமாக விமரிசித்த வாசகர் கடிதத்தைக் கண்டு, 'நிறுத்தித் தொலை யுங்கள்' என்று கடிதம் போட்டார். 'ஐஸ் கிரீம் சாப்பிடுவது போலிருக்கிறது உங்கள் கதை' என்று வழக்கமாகப் பாராட்டுகள் பெற்றவனுக்கு அதிர்ச்சியாக இருந்தது.

சாவி என்னைச் சில சமயம் கதிர் சிறுகதை நாவல் போட்டிகளில் நடுவராகப் போடுவார். ஒருமுறை சிறுகதைப் போட்டியில் நடுவராக இருந்தபின், கதிரில் மாயா என்கிற கதையை ஆரம்பித்தேன். போட்டிக்குக் கதை அனுப்பிய ஒருவர், தான் அனுப்பியிருந்த கதையை நான் திருடிவிட்டேன் என்று புகார் செய்து சாவிக்கு ஒரு பெரிய கடிதமும் வக்கீல் நோட்டீசும் அனுப்பியிருந்தார். நான் அந்தப் புகார்தாரருக்குச் சொல்லிப் பார்த்தேன். பிரபலமான எழுத்தாளர்கள் காப்பி அடிக்கவே முடியாது. என்றாவது யாராவது தோண்டியெடுத்துவிடுவார்கள். நீங்கள் எழுதிய கதை, எனக்கு அனுப்பிய கதைகளின் கடைசி பட்டியலுக்கே வரவில்லை என்று சொல்லிப் பார்த்தேன். முதலில் தயங்கினார் சாவி. எழுதியவர், சாவியை ஆபீசில் நேராகப் போய் பார்த்தார். சட்டென்று 'என்ன வேண்டு மானாலும் செய்துகொள்' என்று அந்த ஆளை வெளியே அனுப்பிவிட்டார். அதிலிருந்து எந்தப் போட்டிக்கும் நடுவராக இருக்கக்கூடாது என்று தீர்மானித்தேன்.

சாவியுடன் பேசுவது ஒரு தனி அனுபவம். மிக மிக சுவாரசிய மாக, நகைச்சுவை மிளிர, கேட்பவருக்கு உறுத்துமோ என்கிற குரலில் பேசுவார். கல்கி, சதாசிவம் போன்ற பல பிரமுகர்களைப் போல் பேசிக்காட்டுவார். அவருடைய ஞாபக வீச்சு மூன்று தலைமுறைகளைத் தொட்டது. வாசனிலிருந்து பட்டுக் கோட்டை பிரபாகர் வரை.

சாவி, தன் சொந்த வாழ்க்கையில் பல சங்கடங்களைக் கண்டவர். நிரம்ப சோகங்கள். ஆனால் அவை எதுவும் அவரது நகைச்சுவை மிளிரும் எழுத்துக்களில் பிரதிபலிக்கவில்லை.

எண்பத்தைந்து வயதுக்கு 150 வயதுக்கான சம்பவங்கள். சோகங்கள். இவை அனைத்தையும் அவரால் சமாளிக்க முடிந்தது. எதையும் செய்துகாட்ட வேண்டும் என்கிற உறுதியும் நகைச்சுவை உணர்ச்சியும் உதவியதால்தான்.

கடைசியில் அவரைப் பார்த்தபோதுகூட, 'சாவி'யை நான்காவது முறையாகத் தொடங்கி பத்து லட்சம் பிரதி வரை கொண்டு போகப்போகிறேன் என்றார்.

ஒரு பெரிய, மிகப் பெரிய சபையில் கலைஞர் போன்றவர்களின் பாராட்டு மழையில் - 'சாவி 86' என்கிற நூல் வெளியிட்டு

விழாவில் - அனைவரின் வாழ்த்துகள்தாம் கடைசியாகக் கேட்ட வார்த்தைகள். அதன் பின் மயங்கி விழுந்தார். சில தினங்கள் போராடிவிட்டு உயிரிழந்தார்.

'வையத்துள் வாழ்வாங்கு வாழ்பவன் வானுறையும்
தெய்வத்துள் வைக்கப் படும்.'

16

வர்ச்சுவல் என்பதற்கு அகராதியில் அர்த்தம் பார்த்தால் - 'செயல் அளவில், உண்மையாகக் கொள்ளத்தக்க' என்று சொல்லும். ஒற்றை வார்த்தையாகத் தேடினால், மாய, பொய்யான, தோற்ற.. என்பதெல்லாம் அபசகுணமாக இருக்கும். அதனால் தமிழ் வர்ச்சுவல் யுனிவர்சிட்டியை தமிழ் இணையப் பல்கலைக்கழகம் என்று சொல்வதே பொருத்தமானது.

இதன் தொடக்கவிழா அண்மையில் கலைவாணர் அரங்கில் கலைஞர் தலைமையில் முரசொலி மாறனின் முன்னிலையில் நடைபெற்றது. ஸ்ரீலங்கா, மலேசியா, சிங்கப்பூரிலிருந்து பிரதிநிதிகள் வந்திருந்தார்கள்.

இந்தப் பல்கலைக்கழகத்தைக் கலைஞர் அறிவித்தது, 1999 பிப்ரவரியில்; தமிழ் இணையக் கருத்தரங்க மாநாட்டில் சரியாக இரண்டு வருடம் என்ன செய்தார்கள் என்பதை முன்னுரையில் சொன்னார்கள். இன்ன இன்ன தேதிகளில் செயற்குழு கூடியது, இதை இதை விவாதித்து, முந்திரி பருப்பு சாப்பிட்டது போன்ற ஏமாற்றம் தரும் சாதனைப் பட்டியல். வர்ச்சுவல் யுனிவர்சிட்டி என்பதால் கட்டடம் கூட தேவைப்படாது. ஒரு வெப் தளத்தைத் தொடங்கி, உடனுக்குடனே ஆரம்பித்துவிடுவார்கள் என்றுதான் எண்ணினேன். இத்தனை கால தாமதத்துக்கு மன்னிப்பே இல்லை. இரண்டு வருடங்களில் இண்டர்நெட் இம்மாதிரியான வர்ச்சுவல் பல்கலைக்கழகத்துக்கான தேவையையே நீக்கிவிடும் அளவுக்கு எங்கேயோ போய்க் கொண்டிருக்கிறது.

வா.செ. குழந்தைசாமியின் உரை, மிக நீண்ட தொடக்க உரைக்கு ஒரு ரிக்கார்ட். அதற்கு முன் முனைவர் பொன்னவைக்கோ அவர்கள் இந்தத் தளத்தில் கிடைப்பவைகளை மிக மிக விரிவாக 'சுட்டெலி' மூலம் காட்டினார். 'பார்வையாளர்கள் வீட்டுக்குப் போய் 'கேபிசி' பார்க்க வேண்டுமே!' என்ற கவலையே இல்லாமல், தூரத்தில், சரியாகத் தெரியாத, எல்.சி.டி ப்ரொஜெக்டர் அமைத்து, பல்கலைக்கழகத்தின் வலைத்தளத்தில் இதுவரை என்னவெல்லாம் வைத்திருக்கிறோம், என்னென்ன பாடங்கள் உள்ளன என்று சுமார் ஒரு மணி நேரம் பேசினார்.

பொதுவாகத் தமிழர்கள் நிறைய பேசுவார்கள். ஒரு மாநிலத்தின் முதலமைச்சரை உட்கார வைத்து, 'ட' எப்படி எழுதுவது, 'ப' எப்படி எழுதுவது' என்றெல்லாம் பாடம் நடத்துகிறோம் என்பதைச் சாதனையாகச் சொன்னது வியப்பாக இருந்தது. மேலும், அந்தக் கூட்டத்தில் இருந்தவர்கள் பெரும்பாலானோர் அண்ணா பொறியியற் கல்லூரி மாணவர்கள். பஸ் வைத்து அழைத்து வரப்பட்டவர்கள். அவரவர் எக்ஸ்எம்எல்லிலும் இஜேபியிலும் விளையாடுகிறவர்கள். அவர்களிடம்போய் காக்கா வடை பாலபாடத்தை - ஒவ்வொரு ஹைப்பர்லிங்காகக் காட்டும்போது, கொஞ்ச நேரத்தில் நெளிய ஆரம்பித்து, சந்து கிடைத்த போதெல்லாம் கைதட்டிப் பார்த்தார்கள். 'Mouse'க்கு 'சுட்டெலி என்ற பொன்னவைக்கோவின் கலைச்சொல் எல்லாவற்றுக்கும் 'சிகரம் வைக்க, சபையே ஒருங்கிணைந்து ஆரவாரித்தது. பொன்னவைக்கோ நிறுத்துவதாகத் தெரியவில்லை. (அவர் சொல்லவேண்டியதைச் சொல்லியே தீருவார் என்பது நன்றியுரையிலும் தெரிந்தது) அவருடைய ஆர்வமும், பரபரப்பும் புரிந்தது. முதலமைச்சரிடம் - 'என்னவெல்லாம் சாதித்திருக்கிறோம். பாருங்கள்!' என்று காட்ட வேண்டிய கட்டாயம்.

வலைத்தளத்தின் பெயர் கொடுத்துவிட்டு, (www.tamil.org) இத்தனை புத்தகங்கள், இத்தனை பக்கங்கள், பாடங்கள், இன்ன இன்ன வசதிகள் இருக்கின்றன. வருகை தாருங்கள். பாருங்கள் என்று சொன்னால் போதும். நம்புவோம். நீங்களும் பார்க்கலாம். உன்னிப்பாகப் பார்த்தால் இரண்டு வருடத்துக்கு அவர்கள் உள்ளிட்டிருக்கும் விஷயம் அம்பலத்தில் இருப்பதை விடக் குறைவு. அதுவும் 'மதுரை' போன்ற திட்டங்களில் பலர் உள்ளிட்ட விஷயங்களையே திருப்பிப் போட்டு சாதனைகளாகக் காட்டியது கொஞ்சம் ஏமாற்றமளித்தது. வலை நூலகத்தை

ரொம்ப எதிர்பார்த்தோம். அதன் எதிர்காலச் சாத்தியங்கள் வசீகரமானதாக உள்ளன. தற்போது தொல்காப்பியத்திலிருந்து பாரதிதாசன் வரை 14 நூல்கள்தாம் உள்ளிடப்பட்டுள்ளன. பலவற்றுக்கு உரை இல்லை.

இதில் சோகம் என்னவெனில் 1999ல் நாம் என்னதான் தரப் படுத்தினாலும் தமிழ் தரக்கட்டுப்பாட்டுக்குள் அடங்காது என்பது தெளிவாகிறது. இவர்கள் உள்ளிட்டிருக்கும் விஷயங்கள் TAM கம்பன் குறியீட்டு அமைப்புகளில் உள்ளன. அவைகளை இறக்கிக் கொள்வதில் சிரமமில்லை. dynamic ஆக மாற்றும் போது எழுத்துகள் பிரிகின்றன. ஆனால் அழகாக உள்ளன. இவையெல்லாம் பல் முளைக்கும்போது ஏற்படும் சிரமங்கள். தமிழ்நாடு அரசின் தரநிர்ணயச் சாதனை இருந்தும் பிடிவாதமாக உலகெங்கும் சிதறியிருக்கும் பல்வேறு குறியீடுகளை ஒருமைப்படுத்தியே ஆகவேண்டும். இதற்கு இவர்கள் என்ன செய்யப் போகிறார்கள் என்பது தெரியவில்லை. யூனிகோடு என்ன ஆயிற்று என்பதும் தெரியவில்லை.

இணையப் பல்கலைக்கழகத்தின் குறிக்கோள் பற்றியே மேடையில் கருத்து வேறுபாடு இருந்தது. தொல்காப்பியம், நன்னூல், திருக்குறள் போன்றவை இந்தத் தளத்தில் இருக்கின்றன என்று காட்டுவதோ, அவைகளில் ஒருவிதமாகத் தேடமுடியும் என்பதோ பெரிய சாதனையல்ல. இந்தச் சாதனையைப் பலரும் பலவிதமாகச் செய்து முடித்திருக்கிறார்கள். தமிழ் இணையப் பல்கலைக்கழகத்தின் குறிக்கோள்கள் அரசுக்கே தெளிவாக இல்லை. அமைச்சர் தமிழ்க் குடிமகன், மொரீசியஸ் தமிழனுக்குத் தமிழ் கற்றுத்தருவது என்றார். முரசொலி மாறன், 'எதுவேண்டு மானாலும் செய்யுங்க. இந்த நன்னூல் பிசினஸ் வேண்டாம்' என்றார்.

கலைஞர், சொன்னதைச் செய்வதையும் சொல்லாததைச் செய்வதையும் பற்றிப் பேசினார். மற்றவர், அவரவர் நாட்டிலிருந்து வாழ்த்துச் செய்திகள் படித்தனர்.

'ஸ்ரீலங்காவின் சிவதாசன் அமைத்த கலைச்சொற்களை அப்படியே உள்ளிட்டிருக்கிறார்கள். (அடுத்தது மணவை முஸ்தபாவின் முறை வரும்) இந்தக் கலைச் சொற்களால் யாருக்கு என்ன பிரயோசனம்? இவைகளின் தகுதி என்ன என்பது பற்றி கவலையேபடாமல், சகட்டுமேனிக்கு உள்ளிடுவது

அபத்தமான விஷயம். 'மதுரை' திட்டத்தை அப்படியே உள் வாங்கியிருக்கிறார்கள். பழனியப்பா அகராதி, லெக்சிக்கன், அன்பரசன் போன்றோர் கொடுத்த பாப்பா பாடல்கள் - இப்படிக் கிடைத்ததையெல்லாம் உள்ளிட்டுக் கலக்கியிருக்கிறார்கள். மேலும் சில தமிழாசிரியர்கள் தந்த பாடல்களை அங்கொன்றும் இங்கொன்றுமாக ஆடியோ வீடியோவாக உள்ளிட்டிருக்கி றார்கள்.

யாருக்காக இந்தப் பல்கலைக்கழகம் என்பதில் அந்தச் சபையில் யாருக்கும் தெளிவில்லை. இரண்டு வருடத்துக்கு முன் தொடங்கிய விவாதமும் தரக்கட்டுப்பாட்டு வேறுபாடுகளும் புதுக்கருக்கு அழியாமல் அப்படியே இருப்பதைத்தான் த.இ.ப.கவின் தொடக்க விழா தெளிவாக்கியிருக்கிறது.

தமிழ் இணையப் பல்கலைக்கழகம், என் கணிப்பில் கீழ்வருவன செய்யவேண்டும்.

1. தமிழில் உள்ள அத்தனை இணையத்தளங்களின் முகவரிகள், அவைகளுக்கு நேர் தொடர்பும், அவரவர் குறியீடு தரநிர்ண யத்திலிருந்து வேறுபட்டால் இடைத்தரகு மென்பொருள் ஏதுமின்றி, படிப்பதற்கும் உள்ளிடுவதற்கும் உண்டான வசதி செய்து தரவேண்டும். தரநிர்ணயம் பற்றிய ஒரு விரிவான விளக்கம் வேண்டும். Dynamic எழுத்துக்களைத் திரையில் காட்டுவது சிறிய விஷயமாகிவிட்டது. உள்ளிடப்பட்ட தமிழிலக்கியங்கள் உலகளாவிய கணிப்பொறிகளில் எந்தக் குறியீட்டில் உள்ளன?, அவைகளில் ஒவ்வொருமுறை தேடும்போதும், ஒவ்வொரு மென்பொருளைப் பயன்படுத்த வேண்டுமா? என்பன போன்ற பிரச்னைகள் உள்ளன. எல்லா பிரச்னைகளையும் மென்பொருள் அமைத்துத் தீர்த்து விடலாம். அப்படிச் செய்யவேண்டுமா? நேர விரய மல்லவா?

2. தமிழ் இலக்கியங்களை எப்படி வகைப்படுத்தியுள்ளனர் என்பதைத் தெளிவாக்க வேண்டும். இதற்காக எண்ணிக்கை வரிசைகள் உண்டா?

3. தஞ்சைத்தமிழ்ப் பல்கலைக்கழகம் பட்டயம் தருகிறது என்று சொன்னார்கள். தற்போது பட்டயம் பெற இதில் உள்ள பாரதி, பாரதிதாசன், தொல்காப்பியம், திருக்குறள், கரகாட்டம்,

ராமராஜன் போன்றவையே போதுமா? அரைகுறை நிலையில் தான் பாடங்கள் உள்ளன. பட்டயம் தருவதற்கு அடிப்படைத் தகுதிகள் நிர்ணயிக்கப்பட வேண்டும். பாடத்திட்டம் அறிவிக்கப்பட வேண்டும். அவை மதுரை காமராசர் அல்லது சென்னை பல்கலைக்கழகத்தின் தரத்துக்கு இருக்க வேண்டும். இல்லையெனில் இது கும்பகோணம் ஓமியோபதி பட்டப் படிப்பு போல ஆகிவிடும்.

4. த.இ.ப.க.வில் பட்டம் பெற்றவர்க்கு வேலைவாய்ப்பு கிடைக்க கார்னெகி மெலன் பல்கலைக்கழகத்தின் மாடலில் இதை அமைக்கலாம்.

5. உலகில் உள்ள அனைத்து தமிழர்களும் தத்தம் துறைகளில் பாடங்கள் எழுதும் வசதி கொடுக்க வேண்டும். இதற்கான தகுதி உள்ளதா என்று பரிசீலிக்க, அவர்கள் பாடங்களைப் பல்கலைக்கழகத்தினருக்கு இணையம் மூலம் சமர்ப்பிக்கலாம். அவைகளின் தரத்தை அறிஞர்கள் அலசிப்பார்த்து, பாடங்களாக அனுமதிக்க, அங்கீகரிக்க ஒரு Validation Committee அமைத்து, அடிக்கடி பாடங்களின் தரத்தை ஏற்ற வேண்டும். அப்போதுதான் இந்தப் பல்கலைக்கழகத்தின் பாடங்கள் நவீன அறிவியலின், பொதுவியலின் இலக்கண, இலக்கிய, கலைப்பயிற்சி போன்ற பல்வேறு துறைகளில் தமிழ்ப் பாடங்களைப் பெற முடியும். இல்லையேல் ஒரு பொது நூலகத்தில் இருப்பதை இணையத்தில் உள்ளிட்டு விட்டு, நீங்களே பார்த்துப் பயன்பெறுங்கள் என்று அற்பமான குறிக்கோளுடன் இது நின்றுபோகும்.

அதே தினத்தில் மதியம் 'ஆத்மசேவா' என்னும் வேளச்சேரி பள்ளியின் நான்காவது ஆண்டு விழாவுக்குச் சென்றிருந்தேன். அதன் தலைவி திருமதி சித்ரா ரங்கராஜன் கடும் ஜுரத்திலும் விழாவுக்கு வந்திருந்தார்.

ஆத்மசேவா உடல், மன ஊனங்கள் உற்ற குழந்தைகளுக்காக நடத்தப்படும் பள்ளி. சுமார் ஐம்பது குழந்தைகள் பயில்கின்றனர்.

மலர்க்கொத்து கொண்டுவந்து எனக்குக் கொடுத்த சிறுமி, கொடுத்தவுடன் அழ ஆரம்பித்தது. ஜெனரல் பாலசுப்ரமணியத் துக்குக் கொடுத்த கொத்தை, அந்தக் குழந்தை திரும்பிக் கேட்டது. தமிழ்த்தாய் வாழ்த்தை ஆளுக்கு ஒரு சுருதியில் பாடினர்.

இத்தனை ரகளை இருந்தும், பள்ளியின் ஆதார நோக்கத்தில் உள்ள சேவை உணர்வும், யோக்கியமும் அனைவரையும் சற்றே வேதனை கலந்த சந்தோஷத்தில் ஆழ்த்தியது.

நான்கு குழந்தைகளுடன் தொடங்கிய இந்தப் பள்ளியில் இன்று ஐம்பது பேர் சேர்ந்து, குதிரை ஏற்றம் கூடப் பயில்கிறார்கள் என்று ஆண்டு அறிக்கை சொன்னது.

ஒவ்வொரு ஆண்டும் இந்த எண்ணிக்கை பல்கிப் பெருக வேண்டும் என்று வாழ்த்த முடியாது. இந்த எண்ணிக்கை குறையத்தான் வாழ்த்த வேண்டும்.

மன ஊனங்கள் பல நிவர்த்திக்கக் கூடியவை. பெற்றோர்களின் குற்ற உணர்ச்சியாலும் அறியாமையாலும் இந்த ஊனங்களைக் கவனிக்காமல் விட்டுவிட்டு, கடைசியில் கவனிக்கும்போது மிகவும் தாமதமாகிவிடுகிறது.

இந்தக் குழந்தைகளை மற்ற நார்மலான குழந்தைகளுடன் வைக்க வேண்டும். தனிமைப்படுத்தக் கூடாது என்பதே பலருக்குத் தெரியவில்லை.

இந்த நிலை மாறுவதற்கு இன்று இண்டர்நெட் பெரிதும் உதவுகிறது. அன்று ஆட்டிஸம் (autism) பற்றிப் பேச, நெட்டில் தேடியபோது, பத்து நிமிஷத்தில் ஒரு புத்தகம் எழுதும் அளவுக்குத் தகவல் கிடைத்தது.

17

கோவையில் ஜி.ஆர்.டி. கல்லூரியில் மாணவர்கள் நடத்திய விழா ஒன்றுக்குத் தொடக்க உரையாற்றக் கூப்பிட்டிருந்தார்கள்.

சேரன் எக்ஸ்பிரஸில் திரு.ப. சிதம்பரத்தைச் சந்தித்து ஒரு மணி நேரம் பேசிக் கொண்டிருந்தது நிறைவாகவிருந்தது.

சிதம்பரம், தன் நிதியமைச்சர் நாள்களை நினைவுகூர்ந்து இந்தியப் பொருளாதாரத்தைப் பற்றிச் சில வலுவான கருத்துக்களைச் சொன்னார்.

கருப்புப் பணத்துக்கு முக்கியமான காரணம் கரன்சி நோட்டுப் புழக்கம் இந்தியாவில்தான் அதிகமாக இருப்பதும், வருமானவரி அதிகாரிகள் வலுவற்று இருப்பதும்தான் என்றார். 'அவர்கள் வரி கொடுப்பவர்களைத் துன்புறுத்தினார்கள். வரி ஏய்ப்பவர்களைக் கண்டுகொள்வதே இல்லை. இதுவரை வருமானவரி கட்டாமல் இருந்ததற்காக யாரும் ஜெயிலுக்குப் போனதில்லை. அமெரிக்காவில் அப்படி இல்லை. அதன் இண்டர்னல் ரெவின்யூ இலாகா மிகச் சக்தி வாய்ந்தது' என்றார்.

ஒரு நாளைக்கு ஒரு பத்து ரூபாய் நோட்டு, எப்படி மாற்றி மாற்றி, கருப்புப் பணமாகவும், வெள்ளைப் பணமாகவும் மாறுகிறது என்பதை நுட்பமாக விளக்கினார்.

நம் நாட்டின் மக்கள் தொகைக்கு வருமான வரி செலுத்துவோரின் எண்ணிக்கை மிக மிகக்குறைவு என்றும் இதற்கு முக்கிய காரணம்

விவசாய வருமானத்துக்கு வரியில்லாததும் அதைப் பயன் படுத்திக் கொண்டு நிகழும் அமோகமான வரி ஏய்ப்பும்தான் என்றார். வரிவிகித உச்ச வரம்பை அர்த்த சாஸ்திரத்தில் சொன்ன படி 15 சதவிகிதத்துக்குக் குறைந்தால் ஏமாற்றாமல் எல்லோரும் வரிகட்டுவார்கள். அரசுக்கு வருமானம் நான்கு மடங்காகும் என்றார்.

'கொரியா, தமிழ்நாட்டின் அளவு உள்ளது. ஏறத்தாழ அதே மக்கள் தொகை கொண்ட கொரியாவின் பொருளாதாரம் முப்பது ஆண்டுகளுக்கு முன் 90 சதவீதம் விவசாயம் சார்ந்ததாக இருந்தது. இப்போது முப்பதுக்கும் குறைவாகி உலகின் தொழில் முன்னேற்ற நாடுகளில் தலையாயதாக உள்ளது. இந்தியாவின் இதயம் கிராமத்தில்தான் இருக்கிறது என்று சொல்லி, நம்மை நாமே ஏமாற்றிக் கொண்டிருக்கிறோம். இண்டர்நெட் கம்யூனிகேஷன் யுகம் வந்தபின் கிராமமாவது, நகரமாவது' என்றார்.

சிதம்பரம் தப்பான கட்சியில் இருக்கும் நம் அறிவு ஜீவிகளில் ஒருவர். அரசியலில் அரிதான யோக்கியமும் Consistency யும் கொண்டவர்.

'அரசாங்கத்தில் இருக்கிறேனோ, இல்லையோ! நான் எப்போதும் போலத்தான் இருக்கிறேன். 'இந்தியா டுடே'யில் கட்டுரை எழுதிக் கொண்டு இருக்கிறேன். டில்லியில் நான் சொல்வதைக் கேட்பவர்கள் பலர் உள்ளனர். எனக்கு நஷ்டமில்லை' என்றார்.

தேசத்துக்குத்தான் நஷ்டம் - மன்மோகன், சிதம்பரம் போன்றவர்களின் திறமைகளைப் பயன்படுத்தாமல் இருப்பது.

தேசிய அரசாங்கம் என்கிற தத்துவத்தை யாராவது கொண்டு வரவேண்டும். கட்சிகளை மீறிய ஒரு பொதுத்திறமை வங்கியை நம் நாட்டில் அமைக்க வேண்டும்.

கல்லூரி விழாவில் பேசுவதற்கு, 'பவர் பாயிண்ட்'டில் நன்றாக ஆராய்ந்த ஒரு சொற்பொழிவு தயாரித்துச் சென்றிருந்தேன்.

எனக்கு அப்புறம் சுரேஷ்கோபி வரப்போகிறார் என்று மேடை பூரா விளக்கு போட்டிருந்தார்கள். அதன் ஒரு ஓரத்தில் ஸ்டாம்ப் சைஸுக்கு ஒரு திரை. அதற்கும் முதல் வரிசைக்கும் 100 அடி தூரம். 'மௌஸ்' - 'சுட்டெலியை' இயக்குபவர் மற்றொரு ஓரத்தில் இருந்தார்.

பேசுவது அத்தனையும் எதிரொலிக்கும் அரங்கம். நான் அந்தக் கூட்டத்தில் டெலிபோன் டைரக்டரியை வரிசையாகப் படித்திருந்தாலும் யாரும் கவனித்திருக்க மாட்டார்கள்.

'அவை அறிந்து ஆராய்ந்து சொல்லுக' என்ற திருவள்ளுவர் கூட இந்த மாதிரி செமினார் ஒன்றில் மாட்டியிருப்பார் என்று தோன்றியது.

18

EGO (Entertainment Graphics Organisation) என்னும் அமைப்பின் இவ்வாண்டுக்கான சர்வதேச மாநாடு சென்னையில் சென்ற வாரம் நடைபெற்றது.

கணிப்பொறிகளின் வரை திறமைகளைப் பயன்படுத்தி, கல்விக்கும், கேளிக்கைக்கும் உரித்தான மென்பொருள் தயாரிப்பவர்களின் உலகின் மிகச் சிறந்த நிறுவனத்தினர் அமெரிக்கா, ஜப்பான், கனடா போன்ற பல நாடுகளிலிருந்து வந்து கலந்து கொண்டனர். பம்பாய், சென்னை, ஐதராபாத், பெங்களூர் போன்ற நகரங்களிலிருந்து சினிமா தொழில்நுட்பக் கலைஞர்களும் வந்திருந்தார்கள்.

இரண்டு நாள் புதிய டெக்னாலஜியின் பிரமிக்க வைக்கும் சாத்தியங்களை அறிந்து வியக்கும் வாய்ப்பு கிடைத்தது. வேறு ஏதோ உலகத்துக்குச் சென்று வந்தது போல இருந்தது.

பத்மஸ்ரீ கமல்ஹாசன் அவர்கள் இதைத் தொடங்கி வைத்து, சுருக்கமாகப் பேசிவிட்டு, 'உங்களையெல்லாம் போல் கேட்கத்தான் விருப்பம். ஷூட்டிங் இருக்கிறது' என்று சொல்லிப் புறப்பட்டுப் போய்விட்டார்.

சிலிக்கன் கிராஃபிக்ஸ் நிறுவனத்தின் பாப் பிஷப், எதிர்காலத்தில் நிகழப்போவதை அருமையாக விவரித்தார். ஆசியா, இதில் முதன்மை வகிக்கப்போகிறது என்பதைத் தெளிவாக்கினார்.

பில்ம் ரேமான் என்னும் அமெரிக்க தயாரிப்பு நிறுவனத்தின் தலைவர் கின்ஹைடு, சைடு எஃபெக்ட்ஸ், ரிதம், அண் ஹ்யு, ப்ளாட்டினம் ஸ்டுடியோஸ், காம்ப்ரியம், வில்லியம் மாரிஸ் ஏஜென்ஸி போன்ற பல நிறுவனங்கள், இந்த இயலின் முன்னணியாளர்கள், தலைவர்கள் வந்திருந்தனர்.

சினிமா, டெலிவிஷன் போன்ற ஊடகங்கள் எந்தத் திசையில் சென்று கொண்டிருக்கின்றன என்பதை நினைக்க ஆச்சரியமாக வும், அச்சமாகவும் இருக்கிறது. டிஜிட்டல் முறையில் திரைப் படங்கள் அனுப்புவது ஓரிரண்டு ஆண்டுகளில் நிகழப்போகிறது.

படம் சம்பிரதாயமான நெகட்டிவில் இருக்காது என்கிறார்கள். முதலில் ஒரு பிரதியெடுத்து, அதை ஸ்கான் பண்ணி அனுப்பு வார்கள். அல்லது நேரடியாக டிஜிட்டலில் அனுப்புவார்கள்.

அடுத்து தியேட்டரில் ஒளி சார்ந்த சம்பிரதாய ப்ரொஜெக்டர் களில் ஐந்து வருடங்களில் மாறுதல் வந்துவிடும் என்கிறார்கள். பார்கோ சிஸ்கோ சோனி டெக்ஸஸ் இன்ஸ்ட்ருமெண்ட்ஸ் போன்ற நிறுவனங்கள் இப்போதே டிஜிட்டல் முறைப்படி திரைப்படங்களைக் காட்டும் சாதனங்களைத் தயாரித்து வருகிறார்கள். சில வருடங்களில் வீட்டில் இருக்கும் ஒரு பெரிய சுவற்றில், பெரிய திரையில் இண்டர்நெட், டிவி, வீடியோ, கேபிள் சினிமா எல்லாம் நம் இஷ்டப்படும்போது, இஷ்டப்பட்ட வடிவில், நேரத்தில் கிடைக்கும் என்று சொல்கிறார்கள்.

டெக்னாலஜி இதையெல்லாம் சாத்தியமாக்கிக் கொண்டிருக்கை யில் அதற்குத் தீனிபோட கதைகளும், காட்சிகளும்தான் படிப் படியாகப் பின்தங்கி, இடைவெளி பெரிதாகும் என்கிறார்கள்.

கலந்துரையாடலில் மஹேஷ் பட் சொன்னது போல, நீங்கள் எல்லாம் பெரிய பெரிய கோட்டைகள் கட்டுகிறீர்கள். நான் செங்கல் வைப்பவன். இந்தச் செங்கல் வைப்பவனை மறக்கா தீர்கள் என்றார். மற்றவை எல்லாம் கணிப்பொறியில் கிடைக் கலாம். கதைக்கு மட்டும்தான் ஒரு மனது வேண்டும் என்றார்.

இத்தனை முக்கியமான மாநாட்டில் பங்கு கொள்ள நம் கோலிவுட் டைரக்டர்கள் பாலுமகேந்திரா தவிர யாரும் வராதது எனக்கு வியப்பாக இல்லை.

★

திருவரங்கம் அரங்கநாதர் கோயிலில் சம்ப்ரோக்ஷணம் இந்த மாதம் 15ம் தேதி நிகழப் போகிறது.

இதன் திருப்பணியில் ஒரு சிக்கல் எழுந்தது. 'திரு உறை மார்பன்' என்று சிலப்பதிகாரத்தில் சொன்னபடி, பள்ளிகொண்டிருக்கும் அரங்கநாதருக்கு மார்பில் ஒரு இலக்குமி வடிவம் உண்டு.

திருப்பணி செய்யும்போது அதற்குப் பதில் தந்திர சாஸ்திரத்துக்கு ஏற்ப ஒரு முக்கோணம் வைத்தார்கள். அதைச் சில பெரியவர்கள் ஆட்சேபித்தார்கள். என்னை அணுகினார்கள்.

நான் அமைச்சர் தமிழ்க்குடிமகன் அவர்களுடன் பேசினேன். அவர் உடனே இதைக் கவனித்து அதிகாரிகளுடன் பேசினார். இலக்குமி மறுபடி அரங்கனின் மார்பில் பெண்கள் தினத்தன்று வாசம் செய்யத் தொடங்கியிருக்கிறாள்.

இதில் ஒரு சின்ன வியப்பான சமாசாரம், திருவரங்கத்தில் ஓர் ஆஸ்திரேலியர் தன் பெயரை கேசவன் என்று மாற்றிக் கொண்டு, குடுமி வைத்துக் கொண்டு, தினம் பெருமாளுக்கு பெரியாழ்வார் மாதிரி கைங்கர்யம் செய்து கொண்டு அண்மைக்காலமாக வாழ்கிறாராம். அவரிடம் தீ விபத்துக்குமுன் எடுத்த பழைய போட்டோக்களைக் காட்டியபோது, அவர் அவைகளை ஸ்கான் பண்ணி, பஜ் என்று இருந்த அந்த மார்புப் பகுதியைத் தன் லாப்டாப்பில் ஸ்கான் பண்ணி, டிஜிட்டலாக அதைப்பெரிதுபடுத்திப் பிழை நீக்கிப் பார்த்ததில் இலக்குமி தெரிந்தாளாம்!

எனக்கு ஒரு ஹைக்கூ தோன்றியது.

அரங்கன் சன்னிதி
வெள்ளைக்கார குடுமி பக்தர் பையில்
துளசி மாலையுடன்
லாப்டாப்!

19

ஒரு வழியாகத் தேர்தலில் யாரார் எந்தெந்த அணி என்பது தெளிவாகிவிட்டது.

தமிழ்நாட்டில் ஒருவிதமான Polarisation ஏற்படுகிறது என்று சொல்லலாம் என்றாலும், துருவங்கள் எலக்ஷனுக்கு எலக்ஷன் மாறுகின்றன.

இதில் ஜனங்கள்தான் முட்டாளாக்கப்படுகிறார்களோ என்ற சந்தேகம் மிஞ்சியிருக்கிறது.

தமிழ் மாநில காங்கிரஸ் கட்சி, ஆரம்பித்ததன் நோக்கத்தையே துறந்துவிட்டது. தி.மு.க.வும் பி.ஜே.பியும் Strange bedfellows.

இந்த நிலையில் தமிழ்நாட்டு அரசியல் வானம் எப்படி நிறம் மாறும் என்பதை உங்களுடன் சேர்ந்து யூகிக்க விரும்புகிறேன்.

தி.மு.க.வோ, அ.தி.மு.க.வோதான் அடுத்த முறை பதவிக்கு வரும். அவர்களுக்கு கிடைக்கும் பெரும்பான்மை மிகவும் பலவீனமானதாக இருக்கும்.

அதனால் த.மா.கா, பா.ம.க, ம.தி.மு.க போன்றவர்கள் அரசின் தலைவிதியை மாற்றும் வல்லமை பெறுவார்கள்.

இதனால் நிகழப்போவது இரண்டு வருடங்களில் அல்லது ஒரு வருடத்தில்கூட முதல் அதிருப்தியின் நிகழ்வைப் பொறுத்து ஆட்சி மாற்றம் ஏற்படும்.

இந்த விளையாட்டுக்கு வடநாட்டில் பெயர் ஜெயலலிதா. இந்த விளையாட்டின் விதிகளை அமைத்தவரே ஜெயலலிதா. அவருடைய கண்டுபிடிப்பே அவரது வீழ்ச்சிக்குக் காரணமாக வும் இருக்கலாம்.

கலைஞர் கருணாநிதியோ, செல்வி ஜெயலலிதாவோ பதவிக்கு ஒருவர் வரப்போகிறார்கள்.

கலைஞர் வந்தால் தமிழ்நாட்டில் அவர் ஆட்சியில் தொடங்கி வைத்த ஐடி, பையோ டெக்னாலஜி திட்டங்கள் தொடர்ந்து நடைபெறும்.

ஜெயலலிதா ஆட்சிக்கு வந்தால், இந்தத் திட்டங்கள் எல்லாம் மறுபரிசீலனை, லஞ்ச நோக்கத்தில் செய்யப்பட்டு, தேக்கநிலை ஏற்படும். அனுப்புவதில் செல்வி கவனமாக, முழு முனைப்பாக இருப்பார்.

இதையெல்லாம் செய்யாமல், தமிழ்நாட்டின் நலனுக்காக ஏற்பட்ட திட்டங்களைத் தொடர்ந்து செய்து, புதிய திட்டங் களைக் கொண்டு வந்தால்தான் செல்வி ஜெயலலிதாவால் தொடர்ந்து ஆட்சியில் இருக்க முடியும் என்பதை அவர் உணர வாய்ப்பு இருக்கிறது.

பொதுவாகத் தமிழ்நாட்டு அரசியலில் ஒரு அபத்திரமான காலம் இது.

இரண்டு ஆண்டுகளில் ஆட்சி மாற்றம் வரப்போவது என்னவோ நிச்சயம்.

இந்திய அரசியலிலேயே ஒரு கட்சி முழுத் தவணையும் நீடிப்பது என்பது இப்போது அரிதாகிக் கொண்டிருக்கிறது. இதனால் இந்திய பொருளாதாரம் பாதிக்கப்படாமல் இருந்தால்தான் நாம் அரசியல் முதிர்ச்சி அடைய முடியும்

20

இந்திய ஆஸ்திரேலிய அணிகளுக்கிடையே சென்னை சேப்பாக்கத்தில் நடந்த டெஸ்டுக்கு ஒருநாள் சென்றிருந்தேன்.

இப்போதெல்லாம் கிரிக்கெட்டைத் தொலைக்காட்சியில் பார்ப்பதுதான் ஏற்றமானது. களமெங்கும் காமிராக்கள். பந்து ஸ்லோமோஷன் சுழற்சியிலிருந்து, பந்து வீச்சாளரின் விரலில் கன்னிப்பெண்ணின் கன்னம்போலப் படிந்த சிவப்பு வரை நுட்பமாகப் பார்க்க முடிகிறது. ஸ்டம்பு விஷன் என்று காமிராவை ஸ்டம்பிலேயே பதித்து வைத்து நோக்குவது, கிராஃபிக்ஸ் பயன்பாடுகள், புள்ளி விவரங்கள், ஆக்ஷன் ரீப்ளே என்று அட்டகாசமாகக் காட்டுகிறார்கள். போகப் போக பந்தையே 'என்னப்பா ஆச்சு!' பேட்ல பட்டியா இல்லையா' என்று பேட்டி காணுமளவுக்கு தொழில் முன்னேற்றம் வந்திருக்கிறது.

இந்தச் சூழ்நிலையில் மைதானத்துக்குப் போய்ப் பார்ப்பதில் அனுபவம் சற்று குறையானதுதான். ஆனால் மைதானத்தில் பார்க்கும் அனுபவம் வேறுவிதமானது.

பல்லாயிரம் மக்கள் கூடி உற்சாகமாக ஆடிக்கொண்டும், பாடிக்கொண்டும், குதித்துக் கொண்டும், கையில் கிடைத்த வாத்தியங்களையெல்லாம் ஒலித்துக்கொண்டும், பிடித்த ஆட்டக்காரார்கள் பந்தைத் தொட்டாலே ஆர்ப்பரித்தும், எதிர்க்கட்சி பந்து வீச்சாளர்கள் எம்பிக் குதிக்கும் பம்பர் போட்டால், 'ஏய்!' என்று மைதானமே அவரை அதட்டுவதும், அவர்கள் அடித்த நல்ல ஓட்டங்களுக்கு, 'போனால் போகிறது' என்று கைதட்டுவதும்

(சென்னை ரொம்ப ஸ்போர்டிவ்வாம்!) நாம் அடித்த ஒவ்வொரு ஓட்டத்துக்கும் பாப்கார்ன் வெடிப்பது போல உற்சாக ஆரவாரம் செய்வதும் மக்கள் திருவிழாக்களிலும், விளையாட்டுகளிலும் கூடியிருக்கையில் உள்ள ஒட்டு மொத்தமான மகிழ்ச்சி, உயிர் வாழ்வதின் முக்கியமான அர்த்தங்களில் ஒன்று. ஏழை பணக்கார, சாதி வேறுபாடுகள் இன்றி 'இந்தியா' என்ற ஒரு வார்த்தை மட்டும் மேலோங்கும் அரிதான நிகழ்ச்சிகளில் ஒன்று.

நான் போனது இரண்டாவது நாள். இரண்டு அணிகளையும் பார்க்க முடிந்தது. அன்று ஆஸ்திரேலியா கவிழ்ந்தது. இந்தியா நிமிர்ந்தது. மீண்டும் சின்னப்பிள்ளை போல் குதிக்கச் சந்தர்ப்பங்கள் கிடைத்தன.

சேப்பாக்கம் மைதானத்தின் கிரிக்கெட் சரித்திரம் பழைமை யானது. என் பள்ளி கல்லூரி நாள்களிலெல்லாம் ஸ்டேடியம் கிடையாது. காமன் வெல்த் என்று ஒரு சொண்டி டீம் வரும். மாட்சுக்கு ஒரு வாரம் முன்பே தேர்த் திருவிழா போல கட்டைப் பலகையில் சவுக்குக் கம்பங்கள், தட்டி அமைத்து காலரி செய்வார்கள். டீ.வி. போன்ற வேறுவித கேளிக்கைகள் இல்லாத தால் மாட்சுக்கு மூன்று மணி முன்னமேயே டிக்கெட்டுகள் விற்றுத் தீர்ந்துவிடும்.

அதிகாலையிலே தீபாவளி போல் எழுந்து, அம்மாவை எழுப்பி, டிபன் கட்டித்தரச் சொல்லி, தலைக்குக் குல்லாய், காலுக்குச் செருப்பு எதுவும் இல்லாமல் வெயிலில், காலரியின் உச்சாணியில் உட்கார்ந்து முழு நாளும் - பெரும்பாலும் டிராவில் முடியும் மாட்சுகளைப் பார்த்து, ஏறக்குறைய பொன் வறுவலாகத் திரும்புவோம்.

வெள்ளைக்காரர்களையும் மேற்கிந்தியர்களையும் கிட்டே பார்த்து பேசினதாக நண்பர்களிடம் புளுகி, அவர்கள் கை யெழுத்திட்ட அநியாய விலை வைத்த புத்தகத்தை விலைக்கு வாங்கி, நண்பர்களிடம் பெருமை பேசிக் கொள்வதற்காக, கிரிக்கெட் மாட்ச் பார்ப்பதற்காக திருச்சியிலிருந்த ரயில் பிடித்துப் போயிருக்கிறேன்.

இப்போது வீட்டிலேயே அத்தனை கிட்டத்தில், அத்தனை விவரமாகக் கிடைக்கும்போது அந்த அனுபவத்தின் உன்னதமும், உற்சாகமும் கொஞ்சம் குறைந்துவிட்டது போலத்தான் இருக் கிறது. எந்த இன்பமும் சுலபத்தில் கிடைக்கக்கூடாது.

21

தெஹல்கா டேப்களை பாரதி zee டெலிவிஷன் சானல்களின் தயவில் விரிவாகப் பார்த்தோம்.

அரையிருட்டில் முடிவில்லாமல் ராணுவ அதிகாரி சத்நாம் சிங்கும், பி.ஜே.பி நிதியாளர் ஆர்.கே. ஜெய்னும், பங்காரு லட்சுமணும் பேசியதை இந்திய மக்கள் பொறுமையுடன் மணிக்கணக்கில் பார்த்திருந்ததற்குக் காரணம் அதில் ஒரு வாயரிசமும், எட்டிப்பார்க்கும் சந்தோஷமும் இருந்ததால்தான்.

முதன் முறையாக வெப் - இண்டர்நெட் வழியாக லஞ்சம் உலகெங்கும் பரவியது. இந்த புது முறையைத் தவிர அதில் காண்பிக்கப்பட்ட ஆதாரமான லஞ்சம் புராதனமானது.

டில்லியில் மந்திரிமார்களையும், செக்ரட்ரிகளையும் பார்த்துப் பேச ஒரு உபதொழிலே இயங்குகிறது. லையஸன் ஆபிசர்கள் என்று பெயர், இவர்களுக்கு. அத்தனை அதிகாரிகளையும், அவர்களின் மனைவிமாரையும் அவர்கள் பலவீனங்களையும் பலங்களையும் தெரிந்து வைத்திருக்கும் ஒரு கூட்டம் இது.

யாருக்கு ஒரு ஸ்காட்ச் பாட்டில் போதும், யாருக்கு ரோத்தக்கில் அல்லது ஃபரிதாபாதில் அல்லது குர்கானில் பண்ணை நிலம் வேண்டும் என்பதெல்லாம் இவர்களுக்கு அத்துப்படி. நம் லஞ்ச சாம்ராஜ்ய அமைப்பு பற்றிச் சரியாகப் புரியாத வெள்ளைக்காரர்களுக்கும் விளக்கம் அளித்து அழைத்துச் செல்பவர்கள் இவர்களே.

காங்கிரசோ, ஜனதாவோ, பி.ஜே.பியோ... எல்லா அரசிலும் அடிப்படை லஞ்ச அமைப்பில் ஏதும் மாற்றமில்லை. மந்திரிகள் மட்டும்தான் வருவார்கள், போவார்கள். செக்ரட்டரிகள் இடம் மாறுவார்கள். அவ்வளவே!

ராணுவத்தில் கரப்ஷன் நம் நாட்டில் பாதுகாப்பையே பலவீன மாக்குகிறது என்று எழுதுவதெல்லாம் ஜல்லி. பெரும்பாலும் ராணுவ அதிகாரிகள் வாங்கும் மேனாட்டுத் தளவாடங்கள் தரத்தில் சமமானவையே. அது நைட்விஷன் பைனாகுலரோ, மிசைல் ஏவுகணையோ, அல்லது 150 மில்லி மீட்டர் பீரங்கி களோ! மேனாட்டு தளவாடங்கள் தரத்தில் ஒன்றுக்கொன்று சளைத்தவை அல்ல.

அவைகளைத் தேர்ந்தெடுப்பதில் கமிட்டி அமைத்து குளிர் பிரதேசத்தில், பாலைவனத்தில், மழையில் என்று பரிசோதிப் பார்கள் இந்தக் குழுக்கள்.

பரிந்துரைக்கும்போது அவைகளை மதிப்பிடுவதில் வேறுபாடு கள் இருக்கும். இந்த வேறுபாடுகளுக்கு மதிப்பெண்கள் கொடுத்து எந்தத் தளவாடத்தையும் 'நம்பர் ஒன்' நிலையில் வைக்கலாம். இதற்குத்தான் லஞ்சம் பயன்படுகிறது.

போஃபர்ஸ் பீரங்கியைப் பற்றிய ஊழல் குற்றச்சாட்டுகள் பரவலாக, ராஜீவ் காந்தியையே வீழ்த்தியது. ஆனால் போஃபர்ஸ் பீரங்கிகள்தாம். நமக்கு கார்கிலில் வெற்றியைத் தந்தன.

அதேபோல் ராஜீவ் பரிபாலனத்தில் வாங்கிய A320 விமானங் களை அவருக்கு அடுத்த வந்த பிரதமர், வி.பி.சிங் தடுத்து நிறுத்தி, ஒரு வருடம் அந்த விமானங்கள் தரையில் வாடின. விமானத்தின் வடிவமைப்பில் எந்தக் குறைகளும் இல்லை. மந்திரிகளின் பிடிவாதத்தில்தான் குறை. இப்போது A 320 இந்தியன் ஏர்லைன்ஸின் முக்கிய விமானங்களில் ஒன்று.

கட்சிக்காக நன்கொடை வாங்குவது எல்லா நாடுகளிலும் நடைபெறுகிறது. அமெரிக்காவில் இதற்கான நிர்ணயங்கள் இருந்தாலும், ஒரு பிளேட்டுக்கு ஆயிரம் டாலர் என்று டின்னர் வைத்து, நிதி சேர்ப்பதெல்லாம் அங்கே சாதாரணம். ஹெல்மட் கோல், கட்சிக்கு நிதி சேர்த்ததால்தான் பதவி இழந்தார்.

லஞ்சம் நாட்டின் அனைத்துக் காரியங்களிலும் இழையோடும் விஷயம். பங்காரு லட்சுமண் செய்த தப்பு இதுதான். அவர் அந்தப் பணத்தை காசோலையாக வாங்கி, அதற்கு ரசீது கொடுத்திருக்க வேண்டும். ஜெயின் ஒரு ஓட்டை வாய். இதில் கண்டிக்க வேண்டியவர், சத்நாம் சிங் போன்றவர்கள்தாம். ராணுவத்தின் அத்தனை உள் ரகசியங்களையும் ஓரிரு கிளாஸ் உள்ளே போனதும் பிதற்றியது மன்னிக்க முடியாத குற்றம்.

22

'நிலாக்காலம்' படத்தில் நடித்ததற்குச் சிறந்த குழந்தை நட்சத்திரமாகத் தேசிய விருது பெற்ற மாஸ்டர். உதயராஜ், என்னைப் பார்த்து இனிப்பு கொடுக்க வந்திருந்தான்.

ஸ்னீக்கரும், டீ சர்ட்டும், ஜீன்ஸும் அணிந்து 'புள்ளி' என்ற ஆட்டோ ஷாப் கிளீனர் பாத்திரமாக இவனா நடித்தான் என்று வியக்குமளவுக்குத் தோற்றமளித்தான். உடன் அவன் தங்கை வந்திருந்தது.

இந்தச் சிறுவனும், சிறுமியும் கோடம்பாக்கத்தைச் சார்ந்து வாழும் ஆயிரக்கணக்கான கலைக் குடும்பங்களின் வாரிசுகள். சினிமாவுக்காகவே பிறந்ததிலிருந்து தயாரிக்கப்படுகிறார்கள். தந்தையோ, தாயோ சினிமாவில் இருப்பார்கள். ஸ்டண்ட் நடிகராகவோ, ஆர்கெஸ்ட்ராவிலோ, சிறப்பு சப்தமாகவோ, க்ளாப் போர்டு தயாரிப்பவராகவோ, பாம்பு, குரங்கு சப்ளையர்களாகவோ, ஆளுயர டிபன் பாக்ஸில் யூனிட்டில் அனைவருக்கும் உணவு சப்ளை செய்பவர்களாகவோ, சிறிய தம்ளர்களில் இளநீர் தருபவர்களாகவோ, சென்சாருக்காக பல்பொடி கலர் காதிதத்தில் ஸ்க்ரிப்ட் தயாரிப்பவர்களாகவோ, லைட் பாய்களாகவோ, அகேலா கிரேன் இயக்குபவர் களாகவோ, பூசை சாமான்கள் விற்பவர்களாகவோ, காகிதப் பூக்காரர்களாகவோ, தெர்மோகோல் எழுத்துக்கள் தயாரிப்பாளர் களாகவோ, வாகன ஓட்டுநர்களாகவோ, இடுப்பசைவு நடன மணிகளாகவோ இருப்பார்கள். டைரக்டர்களின் பரிச்சயம்

இருப்பதால், அவ்வப்போது சொல்லி வைத்து சின்ன வயசிலே இவர்கள் சினிமாவில் ஈடுபடுத்தப்படுகிறார்கள்.

உதயராஜை, 'நீ என்ன என்ன படத்தில் நடித்திருக்கிறேடா?' என்று கேட்டால், ஒரு பெரிய பட்டியலே தருகிறான். தற்போது இந்தத் தேசிய விருது வந்ததும், ஆறு படங்களில் புக் ஆகி யிருக்கிறான். குறிப்பாக 'சிட்டிசன்'.

'சிட்டிசன்ல என்ன பார்ட்றா பண்றே?'

'சின்ன அஜித்தா, முதல்ல வரேங்க! அப்புறம் அவர் மகனா!' என்கிறான். எனக்குக் கதை புரிந்துவிட்டது.

உதயராஜின் தந்தைக்கு இப்போது கால்ஷீட்டுகளைச் சமாளிப் பதுதான் பெரிய காரியம்.

தங்கை மௌனமாக இதையெல்லாம் சற்றே பொறாமையுட னும், சற்றே பெருமையுடனும் கவனித்துக் கொண்டிருக்கிறது. அவனே சிறுவன். முகச்சாயலில் அவனைவிட சின்னதான இந்தப்பெண் அவனைவிட சுட்டி. பாலுமகேந்திராவின் 'கதை நேர'த்தில் சில கதைகளில் நடித்திருக்கிறது.

'நீ என்னம்மா சொல்றே?'

'எனக்கு நடிப்பைவிட படிப்புதாங்க முக்கியம். இவன் சினிமால நடிக்கிறதால டீச்சர் பாஸ் போட்டுட்டாங்க! நான் எல்லாத்திலயும் பர்ஸ்ட்.' என்றாள்.

'புள்ளி... என்னடா இது?'

'படிச்சுருவேங்க. அது சும்மா சொல்லுது.' என்கிறான்.

கோலிவுட்டின் துணை நடிகர்களும், கலைஞர்களும் ஒரு தனிப்பட்ட குடும்பம். இவர்களிடையே வேத மந்திரம் - சர்வைவல். கிடைக்கும் கால் இன்ச் வாய்ப்பை, அரை இன்ச்சாக்கி, அரை இன்ச்சை சந்தாக்கி, சந்தைத் தெருவாக்கி.. ரோடாக்கி பெரிது பண்ணுவது முக்கியம். இதை சிலர் ஓரிரு வருடங்களில் செய்துவிடுகிறார்கள். பலர், வாழ்நாள் முழுதும் சந்திலேயே தங்கிவிடுகிறார்கள்.

ஒருமுறை டைரக்டர் சங்கரின் அலுவலகத்துக்குச் சென்றபோது தெருக்கோடியிலிருந்து கூட்டம் இருந்தது. உள்ளே நுழைய

முடியாமல் ஜனங்கள் அம்மியிருந்தார்கள். கஷ்டப்பட்டு நுழைந்து விசாரித்ததற்கு, முதல்வ'னில் ஒரு பார்ட் செய்வதற்கு ஆளெடுக்கிறார்கள். அதற்காகக் காத்திருக்கிறார்கள் என்று தெரியவந்தது.

'என்ன பார்ட்டு?'

'அர்ஜுனுக்கு அளவெடுக்கிற போலிஸ்காரர் பார்ட்டுங்க! ஒரு லைன் பேசறதுக்கு இருக்குது.'

எனக்கு பிரமிப்பாக இருந்தது, அந்த வரியை நான் எழுதி யிருந்ததால். அர்ஜுனின் மார்பளவு முப்பத்தெட்டு என்றிருக்கும். மார்பளவை வேண்டுமென்றே போலிஸ்காரர், 'முப்பத் திரண்டு' என்பார். ஒருநாள் முதல்வராக செய்த காரியங் களுக்காக, கோபத்தால். இந்த ஒரே வசனத்தைப் பேசத் தயாராக ஆயிரம் பேர் காத்திருந்தார்கள். பொறிகடலை, மாங்கா பத்தை, மிட்டாய்க் கடை ஒன்று முளைத்திருந்தது. மாதேஷ் யாரை எடுத்தார் என்பது எனக்குத் தெரியவில்லை. ஆனால் முதல்வன் படத்தில் அந்தக் காட்சி இடம் பெறவில்லை. நீளம் கருதி வெட்டப்பட்டுவிட்டது என்பது மட்டும் தெரியும்.

வெட்டப்போகும் காட்சிக்காக... கண்ணுக்கு எட்டும் தூரம் வரை கூட்டம்.

23

ஜி.எஸ்.எல்.வி. என்னும் ஏவுகலத்தை விண்வெளியில் வெற்றிகரமாகச் செலுத்தியது இந்தியர்கள். எல்லோரும் பெருமைப்படத்தக்க விஷயம். 'இந்தியாவுக்கு, இந்த ராக்கெட் சமாசாரமெல்லாம் தேவைதானா? பேசாமல்... திருப்பதி சவுரி முடியையும், கைவினைப் பொருள்களையும், பதனிட்ட தோலையும் ஏற்றுமதி செய்து சம்பாதிக்கலாமே! எதற்காக 1500 கோடி செலவழித்து ஒரு பரிசோதனை ராக்கெட் விடவேண்டும்?' என்று கேள்விகள் கேட்கப்படுகின்றன. ஜி.எஸ்.எல்.வி நமக்குத் தேவைதானா, பார்ப்போம்!

இந்த ஏவுகலம் பூமியுடன் சுற்றக்கூடிய Geostationary உயரத்தில் 36000 கிலோ மீட்டரில் ஒரு செயற்கைக்கோளை அதன் சுற்றுப்பாதையில் வைக்கும் திறமை கொண்டது. இப்போது பரிசோதனையாக 2 டன் சாட்டிலைட்டை வைத்திருக்கிறார்கள். இது போதாது. இதைவிட இருமடங்காவது வேண்டும். எனவே இது ஓர் ஆரம்பம்தான். ஒரு திறமையின் நிரூபணந்தான். ஜப்பான், ஐரோப்பிய யூனியன், ப்ரான்ஸ், அமெரிக்கா... இவர்களுடன் தனிப்பட்ட குழுவில் இந்தியாவைச் சேர்க்கும். இந்தச் சாதனை வருங்காலத்தில் நமக்கு நிறைய அன்னியச் செலாவணி சம்பாதிக்கவோ, மிச்சப்படுத்தவோ கூடியது. மற்ற நாடுகளுக்கு சாட்டிலைட் விட நாம் ஒப்பந்தம் எடுக்கலாம். நம் நாட்டு இன்சாட் வகை சாட்டிலைட்டுகளை மற்றவர் உதவி யின்றி மேலே அனுப்பலாம். மேலும், உலகின் எந்த நாட்டுக்கும் இங்கிருந்து ராக்கெட் அனுப்பக்கூடிய ராணுவத்திறமையையும்

இது நிரூபிக்கிறது. இந்தத் திறமையை நாம் பயன்படுத்தப் போவதில்லை. ஆனால் அண்டை நாடுகள் வாலைச் சுருட்டி வைத்திருக்கப் பயன்படும்.

இந்த ராக்கெட்டைச் செலுத்தும் முதல் முயற்சி தோற்றுப் போனது. தரையை விட்டு உயராமலேயே அது நிறுத்தப்பட்டது. விரைவிலேயே பழுதுபட்ட பாகத்தைத் திரும்ப ரிப்பேர் செய்து பறக்கவிட்டுவிட்டார்கள். ராக்கெட்டில் ரஷ்யாவிலிருந்து வந்து க்ரையோஜெனிக் என்ஜின்கள் அவ்வளவு துல்லியமாக வேலை செய்யாததால் 36000 கிலோ மீட்டர் உயரத்தை எய்தத் தவறி விட்டது. இதற்காகக் கூடுதலாக சாட்லைட்டின் எரிபொருளைச் செலவழித்துத் திருத்த வேண்டியிருக்கிறது. அதனால் பரி சோதனை சாட்டிலைட்டின் வாழ்நாள் குறைந்துவிடுகிறது. இதெல்லாம் இந்தச் சாதனையில் ஏற்பட்ட சின்னச் சின்ன சங்கடங்கள். இதில் நாம் பாராட்ட வேண்டியது ஐ.எஸ்.ஆர்.ஓ நிறுவனம். டெக்னாலஜியை மழுப்பாமல் தம் தவறுகளையும் பிரகடனப்படுத்துவதில் இருந்த ஒரு யோக்கியம். இதைத்தான் நாம் பாராட்ட வேண்டும். மெல்ல மெல்ல இந்தத் திறமை தீட்டப்பட்டு நம்முடைய க்ரையோ என்ஜின்கள், இன்னும் பெரிய சாட்டிலைட்டுகள்... என்று ஏவும் திறமை பத்து வருடங் களில் ஏற்பட்டுவிடும்.

இன்று உலகின் செய்தித்தொடர்பின் உயிர்நாடியாக உள்ள செயற்கைக்கோள்கள் எல்லாவற்றுக்கும் வாழ்நாள் ஒரு வரம்புக்கு உட்பட்டவை. அவைகளை அடிக்கடி புதுப்பித்துக் கொண்டே இருக்க வேண்டும். இதனால் ஜி.எஸ்.எல்.வி தகுதி, நமக்கு மிக முக்கியம். மற்றொரு முக்கியமான விஷயம், ஏவுகணையை ஏவியவர்கள் அனைவரும் மத்திய அரசு நிறுவனத்தில் பணிபுரியும் இன்ஜினியர்கள். அவர்கள் ஏதும் லட்சக்கணக்கில் சம்பளம் வாங்குபவர்கள் அல்ல. அமெரிக்காவிலும், இந்திய தனியார் நிறுவனங்களிலும் பணிபுரியும் மென்பொருளாளர்களோடு ஒப்பிட்டால் பாதிக்கும் குறைவாகச் சம்பளம் வாங்குபவர்கள். நினைத்தால் அதிகப்படியாகச் சம்பாதிக்க முடியும். அப்படியின்றி இந்தப் பணியை, தேசத்தின் அன்புக் கட்டளையாகக் கொண்டு, சாதித்து, குதூகலித்த, தன்னலமற்ற இன்ஜினியர்களை இந்த நேரத்தில் தேசமே பாராட்டுகிறது.

24

டைடெல் (tidel) பார்க்கில் ஹிக்கின்பாத்தம்ஸின் புதிய புத்தகக் கடையின் திறப்பு விழாவுக்கு அழைத்திருந்தார்கள்.

இந்த அபாரமான ஹைடெக் தீவில் பாதிதான் நிறைந்துள்ளது. ஃபோர்டு கம்பெனிக்காரர்கள் பெரிசாக வருவதற்காக இடம்பிடித்து வைத்திருப்பது காலியாக இருக்கிறது. பெண்டா சாஃப்ட் போன்ற ஒரு சில, பெரிய நிறுவனங்களே வந்துள்ளன. இதற்குப் பொதுவான பொருளாதாரத் தேக்க நிலையையே காரணமாகச் சொல்கிறார்கள். இருந்தும், இந்த இடம் இந்தியாவின் சிலிக்கண் தலைநகரமாக வருவதற்கான அடையாளங்கள் இருக்கின்றன.

இங்கே புத்தகங்கள் வாங்கும் வசதி ஏற்படுத்துவது நல்லதே! அதிகமாக கம்ப்யூட்டர் புத்தகங்கள்தான் விற்கும்; விற்க வேண்டும். நவீன கம்ப்யூட்டர், இண்டர்நெட் முன்னேற்றங்கள் வந்துவிட்டாலும் புத்தகம் விற்பது பாதிக்கப்படாது என்பதுதான் தெளிவாகியிருக்கிறது.

அமெஸான் வலைத்தளத்திலும் அதிகமாக விற்பது சம்பிரதாயப் புத்தகங்களே! அதன் கலாச்சார அடையாளம் மாறவில்லை. யாரும் கணித்திரையில் முழுப் புத்தகத்தைப் படிக்க விரும்ப மாட்டார்கள். இ-புக்ஸ் என்பது பெரிய மாறுதலைக் கொண்டு வரும் என்று தோன்றவில்லை. ‘அமெஸான்’ போன்றவர்கள் கொண்டுவந்த மாறுதல் value addition. ஒரு புத்தகத்தை வாங்குவதற்கு முன் அதைப் பற்றிய விமரிசனக் குறிப்பு, ஒரு சில

மேற்கோள்கள், வாசகர் விமரிசனம், புத்தகத்தை இதுவரை யாரார் வாங்கியிருக்கிறார்கள் போன்ற பலவிதமான தகவல்கள் கொடுக்கிறார்கள். இதனால் புத்தகத்தை வாங்கத் தூண்டு கோல்கள் அதிகமாகின்றன. கிரெடிட் கார்டு வசதியிருப்பதால் புத்தகம் வாங்க இருக்கும் கடைசி தயக்கமும் நீக்கப்படுகிறது.

அண்மையில் அமெஸானில் ஒரு புத்தகம் வாங்கினேன். அதன் விலை 12 டாலர். எங்களிடம் வாங்கினால் 10 டாலர் என்று போட்டிருந்தது. 'பரவாயில்லையே!' என்று ஆர்டர் செய்து, ஒரு சில தினங்களுக்குப்பின், 'என் ஆர்டர் என்ன ஆயிற்று?' என்று வலையில் கேட்டேன். 'உங்கள் புத்தகம் அனுப்பப்பட்டு விட்டது. விலை 10 டாலர். தபால், மற்ற கூலி 30 டாலர்!' இனி அமெஸான் பக்கம் தலைவைத்துப் படுக்க மாட்டேன்.

புத்தக அடையாளம் மாறவே மாறாது என்பதை நிரூபிக்க அம்பலம் இரண்டாவது ஆண்டு மலர் தயாரித்து வருகிறோம். சுமார் 100 ரூபாய்க்கு அனேகக் கதைகளும், கவிதைகளும், கட்டுரைகளும் புத்தக வடிவில் தருகிறோம். அம்பலம், மின் பத்திரிகைகளில் டாட்காம் குழப்பத்தில் நிலைத்து, இரண்டு வருடம் தொடர்ந்து வருவதே பெரிய சாதனை என்பேன்.

அம்பலம் சிறப்பாக வருவதற்குக் காரணம், அதில் கிடைப்பது மற்ற எந்த வலைத்தளத்திலும், பத்திரிகைகளிலும் கிடைக் காதது, தமிழ் இலக்கிய உலகின் அத்தனை எழுத்தாளர்களும் அதில் எழுதுகிறார்கள், வாசகர்கள் பங்கேற்பு அதிகம், இயங்கும் கார்ட்டூன்கள், திறமையுள்ள ஆசிரியர்கள் போன்றவை. ஆரவாரமில்லாமல், தப்புத் தப்பாகத் தகவல் சொல்லாமல் இத்தனைநாள் தாக்குப்பிடித்தது பெரிய சாதனை என்பேன்.

'அம்பலம்' என்பதை 'நம்பலாம்' என்ற சொல்லுமளவுக்கு அதற்கு நடுநிலைமை உள்ளது மற்றொரு விஷயம்.

இந்த ஆண்டு chatலிருந்து ஒரு படி மேலே போய், குரல், வீடியோ போன்றவைகளை அறிமுகப்படுத்த உள்ளோம்.

வாசகர்களின் தொடர்ந்த ஆதரவும், யோசனைகளும் தேவை.

25

நான் என் பிறந்த தினத்தைக் கொண்டாடுவதில்லை என்று விகடனில் எழுதப்போய், இந்த ஆண்டுதான் என் வாழ்விலேயே அதிகப்படியான பிறந்த நாள் கொண்டாட்டம். எனக்குக் குற்ற உணர்ச்சி ஏற்பட்டது. காரணம், பிறந்த நாளை மற்றுமொரு நாளே என்றுதான் நம்புகிறேன்.

பிறந்த நாள் வாழ்த்துகள் இணையத்தில் நிறைய வந்தன. வண்ண வண்ண ஈ—கார்டுகள், கவிதை, மேற்கோள்களிலிருந்து, கார்ட்டூன்கள் வரை! எதை வேண்டுமானாலும் தேர்ந்தெடுக்கலாம். சங்கதி இதனுடன் முடிவதில்லை. இதற்குப் பதில் எழுதவும் பூப்போட்ட கார்டுகள் உள்ளன. பதிலுக்கு நன்றி சொல்ல மேலும் ஈகார்டுகள். இது ஒரு முடிவில்லாத சங்கிலி.

இதன் உந்து சக்தி என்ன என்று தெரியவில்லை. எதற்காக வரிந்து கட்டிக் கொண்டு அன்னியர்களின் பிறந்தநாளை அலங்கரிக்க, அத்தனை ஆர்வம். இதெல்லாம் இலவசம்தான். இதன் உள்நோக்கம் என்ன என்று யோசிக்கும்போது இதற்கு நாம் கொடுக்கும் ஒரே விலை நம்முடைய மெயில் முகவரி. இன்டர் நெட்டில் இறுதியாக இதுதான் செலவாணிக்கான நாணயம் என்று தோன்றுகிறது.

உங்களுடைய முகவரி கொடுக்கும்போது உங்களையே கொடுக்கிறீர்கள். இவர்கள் இனிமேல் உங்களுக்குக் குப்பை குப்பையாக மெயில் அனுப்பிக் கொண்டே இருப்பார்கள். இது வேணுமா?

இதை வாங்குவீர்களா? இதைப்பற்றி உங்கள் கருத்து என்ன? என்று கோடி பேரைக் கேட்டு லட்சம் பேர் மாட்டினால் போதுமே!

இண்டர்நெட்டின் இறுதிவடிவம் என்னவென்று இன்னும் சரியாகத் தெரியவில்லை. இது எங்கு போய் நிற்கும் என்பதும் குழப்பமாக இருக்கிறது.

'டெலிடெசிக்' என்று, வானத்தில் ஒரு இண்டர்நெட் விரிக்க பெரிசாக ஆரம்பித்தார்கள். அது என்ன ஆச்சு என்று தெரிய வில்லை. இரிடியம் போன்ற திட்டங்கள் எல்லாம் இன்னும் சூடு பிடிக்கவில்லை. டெக்னாலஜி இருந்தாலும் அதற்குத் தேவை ஏற்படும்போதுதான் பயன்படுத்தப்படும். இதற்கு ஒரு நல்ல உதாரணம் கிரிப்டாலஜியின் ரகசியவியலின் RSA அல்காரிதம், 1970களில் அறிவிக்கப்பட்டது. நெட் வந்து அதிவேக ப்ராசசர்கள் வந்ததும் தான் பயன்படத் தொடங்கியது. இண்டர்நெட் என்பதை accidental superhighway என்கிறார்கள். தற்செயலாக ஆரம்பித்து, தீப்பிடித்தது போல் பற்றிக் கொண்டு, இப்போது உலகெல்லாம் பரவிவிட்டது. இதன் உச்சக்கட்டம் ஃபைபர் நூலிழைகள் மூலம் கிடைக்கக்கூடிய அதிகப்படி அலை அகலம் தான்.

நெட்டில் சினிமாப் பாடங்களைச் சடுதியில் இறக்கிக்கொண்டு, வீட்டுக்குள் பார்க்கும் நாள்கள் வரும்போது நெட் என்பது பழைய கேபிள் டிவியின், சாட்டிலைட் கேபிள் டிவியின் செயல் பாடு களுக்கு திரும்பிச் செல்கிறது. இதனுடன் இதன் மூலம் கிடைக்கக் கூடிய அபாரமான தகவல் வெள்ளம் போனஸ். நமக்குத் திகட்டத் திகட்ட மகிழ்ச்சியும், அறிவுப் புகட்டலும் தரப்போகிறது.

இத்தனை பிம்பங்களையும் அத்தனை பக்கங்களையும் வைத்துக் கொண்டு நாம் என்ன செய்யப்போகிறோம்? மலைப்பாக இருக் கிறது. எங்கேயோ ஏதோ தப்பு நிகழ்ந்து கொண்டிருப்பது தெரிகிறது.

அறிவை அடைவதில் உள்ள சிரமங்கள் நீக்கப்பட்டுவிட்டால் அதில் சவால் இருக்குமா? சந்தேகமாக இருக்கிறது.

இறுதியில் கீழ்காணும் விளம்பரத்தை எதிர்பார்க்கலாம்.

'உலகிலேயே புதுமையான இணைய இணைப்பு. கால் மணி நேரத்தில் துண்டிக்கப்படும். படிப்பதற்கும், உங்கள் குழந்தை களைத் திரும்பிப் பார்ப்பதற்கும், சன்னலைத் திறந்து நல்ல காற்றை சுவாசிக்கவும் நேரம் தரப்படும்.'

26

சுமார் ஒரு லட்சத்துக்கு மேற்பட்ட மின்னணு ஓட்டுப்பதிவு இயந்திரங்கள் இந்தத் தேர்தலில் பயன்பட்டன. தமிழ்நாடு, பாண்டிச்சேரி, கேரளம், மேற்கு வங்காளம், அசாமில் இரு தொகுதிகள் இவைகளில் பயன்படுத்தினார்கள்.

ஆரம்பத்திலிருந்தே இதை எதிர்த்தவர்கள் இதன் சுலபத்தையும் எளிமையையும் மறந்து, ஒரு சில இடங்களில் மின்னணு வாக்குப் பதிவு தொடங்குவதற்கு ஏற்பட்ட தாமதத்தைச் சுட்டிக்காட்டி, இது பழுதுபட்டது என்று சொன்னது வியப்பாக இருந்தது.

இந்த இயந்திரத்தைப் பொறுத்தவரையில் பழுது என்பது human errorதான். இதில் இரண்டு பாகங்கள் இருக்கின்றன. Control unit, balloting unit. இதில் பின்னதுதான் வாக்காளர்களின் தனிமைப்படுத்தப்பட்ட மறைவுப் பகுதியில் இருக்கும்.

கண்ட்ரோல் யூனிட் என்பது பொதுமக்கள், அதிகாரிகள், ஏஜெண்டுகள் முன்னிலையில் இருக்கும். இரண்டையும் இணைப்பதற்கு ஒரு கேபிள் இருக்கும். இந்தக் கேபிளை இணைப்பதற்கு லேசான திறமை வேண்டும். ஒரு வகையில் பொருத்தினால்தான் உள்ளே போக முடியும். தலைகீழாகப் பொருத்தினால் இணையாது. இதை இணைக்க பதினைந்து நிமிஷப் பயிற்சி வேண்டும். இதனால்தான் சில இடங்களில் தாமதம் ஏற்பட்டது. மேலும் இணைப்பு சரியாக வரவில்லை என்று, அதை வலுக்கட்டாயமாக அழுத்தினால் மெஷின் வேலை

செய்யாது. இதைப் பெரிதாக்கி, அரசியலாக்கி, 'மெஷின்களே நமக்கு வேண்டாம்' என்று சொன்னது அரசியலின் ஆதாரக் குறிக்கோளையே குறை சொல்லக் காரணங்கள் தேடுவது என்பதை வலியுறுத்துகிறது.

இந்த இடை இணைப்பு கேபிளை ஏன் சற்று கடினமாக வைத்தீர்கள் என்று விஷயம் தெரிந்தவர்கள் கேட்கலாம். எளிதான டெலிஃபோன் சாக்கெட் போல வைத்திருக்கலாமே என்று சொல்வார்கள். இதை இயந்திரத்தின் வடிவமைப்பின் போது முழுவதும் விவாதித்தோம். மூன்றே மூன்று ஏன், இரண்டு ஒயர்களே போதும். ஆனால் வாக்காளர்களின் பகுதியில் ஒரு சிப் வைக்க வேண்டும்.

எலெக்ஷன் கமிஷன் வாக்காளர்களின் பகுதியில் டெக்னாலஜியை வைப்பதில் தயங்கினார்கள். இப்போது வாக்காளர்கள் பகுதியை வீட்டுக்கு எடுத்துப் போய் எதுவும் செய்ய முடியாது. அத்தனை எலக்ட்ரானிக்ஸ் சமாச்சாரமும் மக்கள் மத்தியில் வைத்தோம். அதற்காக இந்தப் பக்கம் ஓட்டுப் போடும் பட்டன்களும் விளக்குகளும் மட்டுமே. அந்த டப்பா காலி.

மிகுந்த சிந்தனைக்குப் பிறகு வடிவமைக்கப்பட்ட இயந்திரம் இது. அதனுள் எழுதப்பட்ட ப்ரொக்ராமின் சிறப்புகளை விவரித்தால் வியப்பாக இருக்கும். ஒவ்வொரு முறை ஓட்டுப்போடும் போது இதுவரை போட்ட எல்லா ஓட்டுகளையும் கூட்டிப் பார்த்து சரியாக இருக்கிறதா என்று பார்த்த பின்தான் அடுத்த ஓட்டை அனுமதிக்கும். இவ்வாறு பல உத்தமமான பாதுகாப்புகள் உள்ளன.

பீகார் போல யூனிட்டுகளையும் எடுத்துச் சென்று வெளியே ஓட்டுப்போட முடியாது. அதற்கான பாதுகாப்பு இருக்கிறது. எளிய பாட்டரிகளில் இயங்குகிறது. நடுவே பாட்டரி பழுதாகி விட்டாலும் போட்ட ஓட்டு மறுபாட்டரி போடும் வரைக்கும் அப்படியே பதிவாகி, அழியாமல் அதன் 'EEராம்'மில் இருக்கும். இது மாதிரி எத்தனையோ சிறப்புகள்.

இப்போது, இன்றைய எலக்ட்ரானிக்ஸில் இதை மறுபடி டிசைன் செய்தால் 'ஆசிக்' (asic) என்னும் ஒரே ஒரு 'சிப்'பில் காரியம் முடிந்துவிடும். மேலும் இப்போது இதை ஒரு மையத்தலத்துக்கு,

எடுத்துச் சென்று, மிஷின்களை ஒவ்வொன்றாகத் திறந்து படித்து, ஆயிரம் ஆயிரமாகக் கூட்டவேண்டும். இதற்காக முடிவுகளை அறிவிக்கச் சில மணி நேரங்கள் ஆகும்.

மெஷினில் இதையும் தவிர்க்க வசதி இருக்கிறது. மெஷினிலிருந்து ஒரு மோடம் கனெக்ஷன் கொடுத்து வோட்டு எண்ணும் இடத்துக்கு டெலிஃபோன் இணைப்பு மூலம் அனுப்ப, வாக்கெடுப்பு முடிந்த கையோடு ஒரு பட்டனை ஒத்தினால் மையக் கேந்திரத்துக்கு அதிலிருக்கும் செய்தி போய்விட, அங்கே ஒரு பிசியில் எல்லாவற்றையும் வாங்கிக்கொண்டு, தொகுதி முடிவைத் தேர்தல் முடிந்த ஐந்து நிமிடத்துக்குள் அறிவித்து விடலாம். இதையும் யோசித்தோம். ஆனால் இது too much technology. ஒரு பிரபல விஞ்ஞானி சொன்னது நினைவுக்கு வருகிறது. Every thing should be made simple but not simpler.

எனக்கு இந்தத் தேர்தலில் மிகப்பெரிய ஆச்சரியம் டி.என் சேஷன் அடித்த பல்டிதான். இயந்திரங்களில் தில்லுமுல்லு பண்ணலாம் என்று (ஜெயா டிவியை நம்பினால்) அவர் சொன்னாராம். சேஷன் காபினெட் செக்ரட்டரியாக இருக்கும்போதும் தலைமைத் தேர்தல் கமிஷனராக இருக்கும்போதும் எண்ணற்ற சந்தர்ப்பங்களில் மெஷினை அக்குவேறு ஆணிவேறாக அலசி யிருக்கிறார். டில்லி ஐ.ஐ.டி. சர்டிஃபிகேட் கொடுத்ததும் ஹைகோர்ட்டுகளும் சுப்ரீம் கோர்ட்டும் இதைக் குறை சொல்லவில்லை என்பதும் அவருக்குத் தெரியும். இருந்தும் இப்படி அவர் சொல்லியிருந்தால், அது அரசியலில் நுழைந்ததும் வேஷமாற்றங்கள் வந்துவிடும் என்பதற்கு ஓர் உத்தம உதாரண மாகிறது.

27

'அகலாது அணுகாது தீக்காய்வார் போல்க
இகல் வேந்தர்ச் சேர்ந்து ஒழுகுவார்.'

- என்னும் திருக்குறள் ஐ.ஏ.எஸ்., ஐ.பி.எஸ் அதிகாரிகளுக்காக எழுதப்பட்டது என நினைக்கிறேன்.

புதிய முதல்வர் பதவி ஏற்றவுடன் செய்த முதல் காரியம், அதிகாரிகளைச் சகட்டுமேனிக்கு மாற்றியது. சில அதிகாரிகளை 'வீட்டிலேயே இருந்து கொள்! சம்பளம் அனுப்பிவிடுகிறோம்' என்று சொன்னது, - இதைவிட அவமானம் இருக்க முடியாது.

இதெல்லாம் ஒருவகையான immaturity என்றுதான் சொல்ல வேண்டும். உத்யோக காரணங்களுக்காக மந்திரிகளுடனும், முதல்வருடனும் நெருங்கிப் பழக வேண்டிய கட்டாயம் ஏற்பட்டுவிட்ட இந்த அப்பாவிகளைத் தண்டிப்பது நல்லதல்ல.

திறமையுள்ள ஆபீசர்கள் பதவித் தியாகம் செய்ய வேண்டி யுள்ளது. சிலர் அவர்கள் திறமைக்கு ஈடு கொடுக்காத பதவிகளில் நியமிக்கப்பட்டு, ஆர்வம் அணைந்து, செயலற்ற பொம்மை யாகிவிடுகிறார்கள்.

இந்த நிலையை நீக்க இரண்டு வழிகள் இருக்கின்றன. மிகச் சில பதவிகளைத்தவிர மற்ற எல்லாவற்றையும் மாற்ற மாநில அரசுக்கு உரிமையை நீக்க வேண்டும். ஐ.ஏ.எஸ், ஐ.பி.எஸ். போன்ற சேவையை மைய அரசு கட்டுப்படுத்தும்போது

அவர்களை மாற்றும், பதவி நீக்கும் உரிமை மட்டும் ஏன் மாநில அரசுக்குக் கொடுக்கப்படவேண்டும்?

இது வினோதமான கேள்வியாக இருக்கலாம். கொஞ்சம் யோசித்துப் பார்த்தால் அதிகாரிகள் லஞ்சமில்லாது இயங்க இந்த அபத்திரமான சூழ்நிலையை நீக்குவது முக்கியத் தேவை. ஐ.ஏ.எஸ். அதிகாரிகளுக்கும், அமைச்சர்களுக்கும் முரண்பாடு லஞ்ச லாவண்யத்தில்தான் ஏற்படுகிறது.

அமைச்சர் சொன்னபடி செய்யாவிட்டால், அதிகாரி மாற்றப் படுகிறார். அதனால் 'ரோமமே போச்சு' என்று அவர்கள் நடு நிலைமை தவறுகிறார்கள். அதில் பங்காக, அவர்களை அறி யாமலே பணம் வந்து சேருகிறது. நாளடைவில் இது பழகி விடுகிறது.

இந்தப் பிரச்சினையை அமெரிக்க நாடுகளில் எப்படி சமாளிக்கி றார்கள் என்று தெரியவில்லை. நான் படித்தவரை அவர்கள் மிக மிக மேல்மட்ட அமைச்சர்களுக்கு ஈடான பதவியில் உள்ளவர்களைத்தான் மாற்றுவார்கள். கீழே உள்ள அதிகாரிகள் மாறுவதில்லை என்று கேள்விப்பட்டேன்.

இங்கே அப்படியில்லை. ஒரு அரசு மாறினால் தெருக்கோடி கான்ஸ்டபிள் வரை மாற்றிவிடுகிறார்கள். எல்லாத் திட்டங்களும் மறுபரிசீலிக்கப்பட்டு அவைகளின் உபரி லஞ்ச சாத்தியங்கள் ஆராயப்படுகின்றன. இல்லை, புதுசாகத் தொடங்கப்படு கின்றன. ஏன்... தெருவிளக்குகள் கூட மாற்றப்படுகின்றன. சில பகுதிகள் பிரகாசமடைந்து சில பகுதிகள் இருளடைகின்றன. மறுபடி திருக்குறளைப் படித்துப் பாருங்கள்.

28

இணையவலையில் முதன் முதலில் 1996ம் ஆண்டு பிப்ரவரி மாதம் நுழைந்த இந்திய மொழி தமிழ் என்று சொல்கிறார்கள், உண்மையாக இருக்கலாம். இதற்கு முக்கியமான காரணம், வெளிநாட்டுத் தமிழர்கள். 1986லேயே பயன்படுத்தி வந்திருக் கிறார்கள் என்றும் சொல்லிக்கொள்கிறார்கள். மெல்ல மெல்ல பின் தள்ளிக் கொண்டு இண்டர்நெட் கண்டுபிடிப்பதற்கு முன்பிருந்தே தமிழ், இணையத்தில் பயன்பட்டது என்று சொன்னாலும் ஆச்சரியமில்லை.

ஆனால் இதில் முக்கியமானது இணையத்தில் மிக முன்னேற்ற மடைந்திருந்த சிங்கப்பூர், கனடா, ஜெர்மனி, ஆஸ்திரேலியா போன்ற நாடுகளில் வாழும் தமிழர்களின் தாய்மொழி ஆர்வமும் அதேபோல் அமெரிக்காவில் பிழைக்கச் சென்ற மென் பொருளாளர்களின் தமிழ் ஆர்வமும்தான். அவர்கள் அங்கே போனதும் தமிழுக்கு உருப்படியாக எதாவது செய்தே ஆக வேண்டும், அதைக் காப்பாற்றியே ஆகவேண்டும் என்று தீர்மானித்து, சும்மா இருந்த சங்கை ஓய்வு நேரத்தில் எல்லோரும் ஊதி, தமிழை இணையத்தில் உள்ளிட்டு உன்னதப்படுத்திக் கொண்டிருந்தார்கள்.

முதலில் தமிழே பேசாத தங்கள் பிள்ளைகளுக்குத் தமிழ் கற்றுக் கொடுக்கும் மென்பொருள்களை எழுதினார்கள். இந்தப் பணியைச் சீரமைக்க எந்த இயக்கமும் இல்லாததால் பெரும்

பாலும் இவர்கள் செய்ததெல்லாம் விரயமாகவே போயிற்று என்று சொல்லலாம்.

இதில் முன்னோடியாக என்று சொல்ல வேண்டியவர்கள் கனடாவைச் சேர்ந்த ஸ்ரீனிவாசன், சிங்கப்பூர் நா. கோவிந்தசாமி, மலேசியாவின் முத்தெழிலன், சுவிஸ் நாட்டைச் சேர்ந்த கல்யாணசுந்தரம் ஆவர். பென்சில்வேனியா பல்கலைக்கழகத்தின் பென்லாங்வேஜ் செண்டரின் டாக்டர் ஷிப்மன், டாக்டர் வாசு ரங்கநாதன் - இவர்களின் பணியும் சிறப்பானது. தமிழ் கற்றுத் தரும் தளங்களில் பென் சிறந்தது.

தமிழின் உள் குறியீடுகளிலும் அதன் விசைப்பலகையிலும் தரக்கட்டுப்பாடு இல்லாததால் அவரவர் தமது அறிவறி வகை தமிழைக் காப்பாற்றிக் கொண்டிருந்தார்கள். தமிழைக் காப்பாற்ற இத்தனை வழிகளா என்று வியப்படையும் அளவுக்கு அத்தனை ஆர்வலர்களும் மென்பொருளாளர்களும் ஆளாளுக்கு இஷ்டத்துக்கு இந்தக் காரியத்தைச் செய்து, இந்தப் பணி அதிகரிக்க அதிகரிக்க அவர்களின் பிடிவாதங்களும் அதிகரிக்க, ‘நான் காப்பாற்றினதுதான் சரியான காப்பாற்றல். நீ காப்பாற்றினது தப்பு’ என்கிற தொன்றுதொட்ட தமிழ் ஒற்றுமையைக் காட்டினதில் இந்திய மொழிகளிலேயே அதிக அளவில் உள் குறியீடுகள் தமிழில்தான் உள்ளது என்கிற சந்தேகத்துக்குரிய பெருமையையும் நம் மொழி பெற்றது.

மற்ற இந்திய மொழிகள் இதற்கெல்லாம் நேர விரயம் செய்யாமல் மைய அரசின் இஸ்கி குறியீட்டை அதிரடியாக ஏற்றுக் கொண்டார்கள். தமிழில் அவ்வளவு சுலபத்தில் அது நடக்கவில்லை. இன்று ஆல்ட்டாவிஸ்டாவில் தமிழ் என்று உள்ளிட்டு தேடினால் 4, 82, 918 பொருத்தங்கள் தென்படும். இவைகளில் எத்தனை வெறும் பக்கங்களாக இல்லாமல் முழு இணையத் தளங்கள் என்றால் 310 தேறுகிறது. அவைகளில் இணைய இதழ்கள் 23, தமிழ் கற்றுக்கொடுக்கும் தளங்கள்6, திருக்குறளுக்கு 5, மின் நூலகங்கள் 4, ஆய்வுகள் 3, அகராதிகள் 5, அரசியல் கட்சிகள் 5, ஊர்களுக்கான இணையத் தளங்கள் 42, இணைய வானொலிகள் 12, இணைய மாநாடுகள் 3, இணையத்தொகுப்பாளர்கள் 10, தமிழக அரசு 18, இலக்கிய ஆராய்ச்சி 18, கர்நாடக இசை, தமிழிசை, பரதநாட்டியம் 22, திரைப்பட பாடல்கள் திரை உலகு சார்ந்த தளங்கள் 106. மற்றவை எல்லாம் தனிப்பட்ட தமிழ்

ஆர்வலர்களின் சோகையான அரைமனதான முயற்சிகள். இவைகளை ஆராய்வது ஒரு நல்ல பொழுதுபோக்கு.

தமிழக அரசு கொஞ்சம் தாமதமாக விழித்துக் கொண்டு குறியீடுகளையும் விசைப்பலகையையும் தர நிர்ணயம் செய்யத் தீர்மானித்தது. மூன்று தமிழ் இணைய மாநாடுகளில் தீர்மானங் கள் நிறைவேற்றப்பட, மிகுந்த விவாதங்களுக்குப் பிறகு TAM, TAB என்ற இரண்டு குறியீடுகளையும் இரண்டு விசைப்பலகை ஒதுக்கீடுகளையும் தர நிர்ணயம் செய்தார்கள். இதையும் வெளிநாட்டுத் தமிழர்கள் தயக்கத்துடன் ஒப்புக்கொள்ளலாமா, இல்லை தாங்கள் கண்டுபிடித்த டிஸ்கிதான், மயிலை போன்றவைதான் உசத்தியா என்று குழப்பபடியில் இருக்கிறார்கள். பெரும்பாலான தமிழர்கள் அதிக அளவில் பயன்படுத்த இரண்டு குறியீடுகளையும் இரண்டு விசைப்பலகை ஒதுக்கீடுகளையும் இறுகிய முகத்துடன் ஒப்புக் கொண்டிருக்கிறார்கள்.

இந்த நிலையையாவது அடைவதற்கு இந்த மேடையில் வீற்றிருக்கும் டாக்டர்.அனந்தகிருஷ்ணனின் பங்கேற்பு கணிச மானது. இதற்குள் டெக்னாலஜி முன்னேற்றமடைந்து இந்தச் சண்டைகள் எல்லாவற்றையும் ஒன்றுமில்லாமல் செய்து விட்டது. டைனமிக் ஃபான்ட்ஸ் என்னும் வசதி வந்தது. தமிழ் இணையத்தளத்தில் திறந்த உடன் தமிழைப் பார்க்க முடிகிறது. ஆரம்பக் கட்டங்களில் தமிழ் எழுத்துகளுக்கான முதலில் அந்ததந்த இணையத் தளத்திலிருந்து ஒரு முறை இறக்குமதி செய்து வைத்துக் கொள்ளத் தேவையிருந்தது. இப்போது தேவை நீங்கிவிட்டது. இணையத்தில் தமிழைப் பார்க்க, படிக்க இறக்கு மதி தேவையில்லை. இணையத்தில் தமிழை உள்ளிடத்தான் தர ஒற்றுமை வேண்டும் என்கிற நிலைக்கு வந்திருக்கிறது. இது ஒரு முன்னேற்றம்தான்.

தமிழ் இனி தங்கு தடையின்றி எந்த வடிவத்தில் கிடைத்தாலும் நம் வடிவத்துக்கு மாற்றிக் கொள்ளும் மென்பொருள் வசதியும் ஏற்பட்டிருக்கிறது. யூனிகோடு என்னும் சர்வதேசக் குறியீட்டுத் தரம் வந்ததும் ஓரளவுக்கு ஒருங்கமைப்பு ஏற்படும் என எதிர் பார்க்கப்படுகிறது. அதுவரை டிஸ்கி, அஞ்சல், பதமி, மயிலை, இன்க்ரிப்பிட் என்று அங்கங்கே வட்டார வழக்குகளாக இணை யத்தில் இருந்தாலும் தமிழக அரசின் டாம் (TAM) டாப்தான் (TAB) பெரும்பான்மை பயனீட்டில் வந்துகொண்டிருக்கிறது. இந்த நிலையை நான் குறை கூறவில்லை. டெக்னாலஜி மொழி

உணர்ச்சியற்றது. உங்களுக்கு ஆறு தமிழ் வேண்டுமா ஆறும் தருகிறேன் என்று சொல்லும். உங்கள் பொன்னான நேரத்தை விரயம் செய்யுங்கள். பரவாயில்லை என்றால். ஆரம்பத்தில் எல்லாத் தமிழ்ப்பத்திரிகைகளும் தங்கள் பத்திரிகையில் ஏற்கெனவே உள்ளிட்ட சங்கதிகளை இணையத்தில் காட்டி, அவரவர் இஷ்டத்துக்கு ஃபாண்ட் அமைத்தார்கள். அந்த நிலை மாறிவிட்டது.

இணையத்தில் hitrate எண்ணிக்கைகளைக் கண்டு புளங்காகிதம் அடைந்து, இதில் வியாபாரம் நடத்திக் காசு கொழிக்கலாம் என்ற ஆசையில் டாட் காம் கம்பெனிகளின் ஆரம்ப உற்சாகத்தால் எல்லோரும் ஈர்க்கப்பட்டு, பெரிதாக முதலீடு செய்து, விளம்பரம் பிரமாதமாகச் செய்து இணைய இதழ்களும் தளங்களும் தொடங்கி, பளபளவென்று ஏசி அலுவலகங்கள் அமைத்து, இதுவரை தமிழ் எழுத்தாளர்கள் எதிர்பார்த்திராத அபத்தமான சம்பளங்கள் எல்லாம் கொடுத்து, தடாலடியாகப் புறப்பட்டார்கள். சுமார் நூறு இணையத்தளங்களும், பத்திரிகைகளும் இப்படிப் பிறந்தன. நாளடைவில் இதில் சில்லரை இல்லை, தமிழர்கள் இலவசமாகக் கொடுத்தால்தான் எதையும் படிப்பார்கள், காசு கேட்டால் கழன்று கொள்வார்கள் என்கிற யதார்த்தம் புலப்பட, பல தளங்கள் தங்கள் கடைப் பரப்பலை நிறுத்திக் கொண்டுவிட, இன்றைக்கு தமிழ் இணைய இதழ்கள் 23 இருப்பதாகத் தெரிகிறது. அவைகளில் தீவிரமாக இயங்குவது பத்துப் பதினைந்து.

இவை நான்கு வகைப்படுகின்றன. 1. அம்பலம் போல இணையத்திற்கென்றே தனிப்பட்டு நடத்தப்படும் மின் இதழ்கள். ஆறாம் திணை, இன்தாம், Sify.com போன்றவை உதாரணங்கள்.

2. தினபூமி, தினமணி, விகடன்குமுதம் போன்றவை சம்பிரதாயப் பத்திரிகைகளின் இணைய அவதாரங்கள். இவைகள் பெரும் பாலும் அந்த வார, தினபத்திரிகைகளில் வருவதை அப்படியே திருப்புகிறார்கள். உள்ளடக்கத்துக்குப் பஞ்சமில்லாததால் ஏற்கெனவே உள்ளிட்டதை இணையத்தில் மீண்டும் அபரிமிதமாகத் தருவதில் அவர்களுக்குச் சிரமம் இருப்பதில்லை. இது ஓசியில் கிடைப்பதால் வெளிநாட்டுத் தமிழர்கள் அதிகம் பேர் பார்ப்பதால் இவைகளுக்கு hit rate மிக அதிகமாக இருக்கிறது. இது ஒரு மாயை. இவைகளுக்குக் காசு கேட்டால் இந்த hit rate சரேல் என்று குறைந்துவிடுகிறது.

மூன்றாவது வகை niche pages என்று சொல்லலாம். ஒரு குறிப்பிட்ட இயலில் மட்டும் தகவல்களைத் தரும் தளங்கள். வேலைவாய்ப்பு, தமிழ், இசை, நூலகம், மருத்துவம், தமிழ்ப் பெயர்கள், ஜோசியம், தேடியந்திரம், பொங்கல் வாழ்த்துகள் இப்படியான தளங்கள், களஞ்சியம் போன்ற நூலகங்கள், இசை, குழந்தை வளர்ப்பு, கல்யாணம், சமையல் குறிப்பு போன்ற தனிப்பட்ட இணையத் தளங்கள்.

தமிழ்ச் சமுதாயத்தின், தமிழனின் தின வாழ்வையும் மன வாழ்வையும் எந்த அளவுக்கு சினிமா ஆக்கிரமிக்கிறதோ அதே அளவில் இணையத்திலும் சினிமாதான் பிரதானமாக இருக்கிறது. அத்தனை நடிகர்களின் வாழ்க்கை வரலாறுகளும் அவர்களுக்கு நடைபெற்ற பைபாஸ் ஆபரேஷன் வரை விவரமாகக் கொடுக்கப் படுகின்றன. ஏ.ஆர். ரஹ்மானின் அத்தனை மெட்டுகளையும் காப்பிரைட் கவலையின்றிக் கேட்கலாம்.

இவைகளையெல்லாம் கவனிக்கும்போது பொதுவாக ஒரு வடிவம் வெளிப்படுகிறது. தமிழ் இணையப் பத்திரிகைகளும் சம்பிரதாயமான தமிழ் பத்திரிகைகளின் அமைப்புடன் கொஞ்சம் ஆடியோ வீடியோ கலந்து இருக்கின்றன. இணையத்தின் சாத்தியங்கள் அனைத்தையும் பயன்படுத்த இதுவரை தவறி விட்டதாகத்தான் தெரிகிறது.

இணையத்தின் சாத்தியங்கள் என்ன என்ன? இணையத்தில் உடனடியாக வாசகருடன் பேச முடியும். அவர் எழுதுவதைத் திருத்த முடியும். அனுப்பியதை அங்கீகரிக்கவோ நிராகரிக்கவோ முடியும். படம் வரைவது, கவிதை, கட்டுரை, பேச்சு, பாட்டு அவருடைய எந்தத் திறமையையும் இணையம் மூலம் கவனிக்க முடியும். இதன் ஆரம்ப நிலையாக நான் சனிக்கிழமை அம்பலத்தில் நடத்தும் சாட், இந்தப் புதிய சாத்தியக்கூறை கோடிகாட்டுகிறது.

ஆஸ்திரேலியாவிலிருந்தோ ஐதராபாத்திலிருந்தோ ஒருவர் அனுப்பும் ஹைக்கூவை நான் இங்கிருந்து கவனித்து, அதைப்பற்றிய என் கருத்தை உடனடியாகச் சொல்ல முடிகிறது. இது இணைய இதழின் அடுத்தக் கட்டச் சாத்தியம். அவர்கள் வரையும் படங்களை உடனுக்குடன் பார்க்க முடியும். திருத்தி வரையச் சொல்லலாம். அல்லது அவர்கள் பாடினாலும் கேட்க லாம். வாசக - ஆசிரியக் கருத்துப் பரிமாற்றத்தின் பரிமாணங்கள்

விரிவாகின்றன. ஒரு கடிதமோ, கேள்விபதிலோ தபால் அனுப்பி, அது ஆசிரியர் மேசைக்குப்போய், அவர் அதை அங்கீகரித்து, அதெல்லாம் இல்லாமல் உடனடியாகப் பதினைந்து நிமிஷத்தில் ஒரு படைப்பை உலகுக்குத் தெரிவிக்க முடியும்.

இந்தச் சாத்தியத்தின் முழு பாதிப்பை நினைக்கவே வசீகரமாக இருக்கிறது. பத்திரிகையில் வாரம்தோறும் தினந்தோறும் இல்லாமல் கணந்தோறும் வியப்புகள் மாறலாம். 'IN THE FUTURE EVERY ONE WILL BE FAMOUS FOR FIFTEEN MINUTES' என்று ஆண்டிவார்ஹால் சொன்னதை இணைய இதழ்கள் மெய்ப்பிக்கப் போகின்றன. இதன் நன்மைகள் ஏராளம். எனினும் சில தீமைகளும் உள்ளன.

கவிதை, கதை படைப்புகளின் தற்காலிகத் தன்மை அதிகரிக்கும். ஆனால் அதே சமயத்தில் அவைகளின் சாசுவதமும் இணையத்தில் அதிகரிக்கும். உதாரணமாக இதுவரை அம்பலத்தில் இரண்டு ஆண்டுகளாக உள்ளிட்ட அத்தனை விஷயங்களும் ARCHIVING என்று இந்தத் தளத்தின் நினைவகங்களில் வைக்கப்பட்டுள்ளன. இதைக் கேள்விகள் கேட்டு ஆராய்ச்சிக்கோ அல்லது சமயம் கிடைக்கும்போது படிப்பதற்கோ கொண்டு வர இயலுகிறது. இதனால் அவசர உலகம், நிதான உலகம் இரண்டுக்கும் இணையம் ஈடு கொடுக்கிறது. தமிழின் இரண்டாயிரம் ஆண்டு இலக்கியங்கள் அனைத்தையும் இதுவரை வந்துள்ள ஒவ்வொரு வார்த்தையையும் ஒவ்வொரு எழுத்தையும் உள்ளிட, ஒரு சிறிய அறை நிறைந்த வட்டுகள்போதும் எனும்போது பிரமிப்பாக இருக்கிறது. தமிழில் இதுவரை எழுதியது, இனி எழுதுவது எதுவும் சாகாது. உலகில் எங்காவது ஓர் இணையத்தளத்தில் உலகளாவிய ஒரு ராட்சச தேடியந்திர மென்பொருள் அமைத்து, அதில் 'தமிழ் உலகில் எங்கிருந்தாலும் கொண்டு வா' என்று ஒரு கட்டளை கொடுக்கும் அளவுக்கு டெக்னாலஜி முன்னேறியிருக்கிறது.

எதிர்காலத்தில் மனத்தில் உள்ள எண்ணங்களை எதாவது ஒரு வடிவத்தில் வெளிப்படுத்தினால் அது சாசுவதம் பெற்றுவிடும். அதை நீக்கவே முடியாது என்று தோன்றுகிறது. எனவே இனி ரகசியம் என்று கேளா கானங்களாக, எழுதாத கவிதைகளாக, வரையாத சித்திரங்களாகத்தான் இருக்கும். மற்றவை எல்லாமே உலகுக்குச் சொந்தமாகிவிடும். இதனால் ஏற்படும் அந்தரங்க

இழப்பை இப்போது யாரும் எண்ணிப்பார்க்க நேரமில்லை. 'எதிர்காலத்தின் ஒரே ஒரு சிறப்பு அது ஒவ்வொரு நாளாக வருவதுதான்' என்று Acheson சொன்னார். நல்ல வேளை.

(அம்பலம் 2ம் ஆண்டு விழா மற்றும் மலர் வெளியீட்டு விழாவில் எழுதி வழங்கிய கட்டுரை. ஏப்ரல் 2001)

29

எ‌ன்னுடைய writersujatha@hotmail.com என்னும் மின் முகவரியை யாரோ ஒரு கோமாளி குறுக்கிட்டு கடவுச் சொல்லை மாற்றி, ரகளை பண்ணியிருக்கிறான். இது யாரென்று கண்டுபிடிப்பதற்குள் அந்த முகவரிக்கு வரும் மின்கடிதங்களை நான் படிக்க இயலாது. அதைவிட, பொறுப்பற்ற, ஆபாசமான பதில்கள் வரவும் சாத்தியம் உள்ளது. அப்படி வந்தால், அவைகளைத் தயை கூர்ந்து நிராகரிக்கவும். 'உன் சின்னத்தனம் தெரிந்துவிட்டது' என்று பதில் இருக்கவும் என் அன்பர்களிடம் கேட்டுக் கொள்கிறேன். இதை உங்கள் நண்பர்களிடமும் சொல்லி, கொஞ்சம் நாளைக்கு இந்த விலாசத்துக்குக் கடிதம் எழுத வேண்டாம் எனச் சொல்லுங்கள்.

பிரபலமாக இருப்பதின் விபத்துகளில் இது ஒன்று. இதன் ஆதாரமான உந்து சக்தி, பொறாமை. அழுக்காறு. மேலும் இணையத்தில் கிடைக்கும் பொறுப்பற்ற சுதந்தரம். இந்த முகமூடித் திருடர்களை ஒன்றுமே செய்ய இயலாது. செய்யும் காரியத்தின் அற்பத்தனத்தை அவர்களே உணர்ந்து கொண்டு அலுத்துப் போய் நிறுத்தினால்தான் உண்டு. அதுவரை இவர்களைப் பசித்த புலிகள் தின்னட்டும்.

கம்ப்யூட்டரில் எழுதுகிறேன்.

'மார்ஷல் மக்துடிஹன்' என்பவர் சொன்ன ஒரு தத்துவத்தின் உதாரணம் இந்தப் பேரா. 'எந்த ஒரு புதிய டெக்னாலஜியும்

அதற்கு முந்தைய டெக்னாலஜியை இடம் பெயர்க்கும். ஆனால் அது இடம் பெயர்க்கும் டெக்னாலஜியின் முன்னுள்ளதை மீண்டும் கொண்டுவரும் என்றார். நான் அறுபதுகளில் கதைகளைக் கையெழுத்தில் அனுப்பிக்கொண்டிருந்தேன். அதன்படி எழுபதுகளில் ஒரு ரெமிங்டனில் தட்டச்சினேன். டைப்ரைட்டர் போய் கம்ப்யூட்டர் வந்தது. எண்பதுகளில் கம்ப்யூட்டரில் உள்ளிட்டு, ப்ரிண்டரில் அச்சடித்து அனுப்பினேன். பின் இண்டர்நெட் மூலமாக நேரடியாகவும் பத்திரிகை ஆபீசுக்கு அனுப்பினேன். இப்போது மீண்டும் என் கையெழுத்திலேயே கணிப்பொறியில் எழுத முடிகிறது! முழுவதும் கம்ப்யூட்டரில் உள்ளிட்டு, அது என் கையெழுத்தின் வினோதங்களைப் பரிச்சயம் செய்து கொண்டு எனக்கென்று ஒரு Font அமைத்து (நன்றி. திருமதி லீனா. ஜெயராதா.) அதன்மூலம் அச்சடித்துக் கொடுத்தது. இப்போது கம்ப்யூட்டர் வேகத்தில் உள்ளிட்டு, என் சொந்தக் கையெழுத்தில் அச்சிட முடிகிறது. 'பழையன கழிதலும் புதியன புகுதலும்' என்பதுடன் அதனினும் பழையன மறுபடி வருதலும் வழுலல' என்று தொல் காப்பிய வரிகளை மாற்றி எழுதவேண்டும் என்று தோன்று கிறது. இதன் ஆதாரமான தத்துவம் மனித அடையாளங்களை எளிதில் மாற்ற முடியாது. என்னதான் கம்ப்யூட்டர் வந்து விட்டாலும் அதிலும் பழைய வெண்பாக்களையும் விருத்தங் களையும் எழுத முடியும். வேண்டுமென்றால் கம்ப்யூட்டரால் ஓலைச் சுவடிகளைக் கூட மீண்டும் கொண்டு வர இயலும். என்ன, சுவடி பி.வி.சி கலந்து தயாரிக்கப்பட்டிருக்கும். அவ்வளவுதான்.

- *சுஜாதா*

30

ரொம்ப நாள் தேடிக் கொண்டிருந்தேன் - 1996ல் பதிப்பித்த 'மரணத்துள் வாழ்வோம்.' என்னும் ஈழத்துக் கவிதைகளின் தொகுப்பு. இப்போதுதான் படிக்கக் கிடைத்தது. சேரன், யோகராசா, பத்மநாப ஐயர், மயிலங்கூடலூர் நடராசர் நால்வரும் தொகுத்த கவிதைகள். அவர்கள் கவலைகள் நம்மிலிருந்து எத்தனை வேறுபட்டவை என்பதற்கு ஓர் உதாரணமாக 'வண்ணச்சிறகு' என்ற கவிஞரின் 'விழித்திருந்த மரங்கள்' என்னும் கவிதைகளிலிருந்து சில வரிகள்:

சிடுகு வேலிகளுக்கு மேலாக
கிளை விட்டு நிற்கும்
முள் முருங்கை மரங்கள்
புதிதாய்ப் பூக்க விழித்திருக்கும்.

குடில்களில்
வயோதிக ஜீவன்கள்
தம் புத்திரர்கள்
இன்று வரலாம்
நாளை வரலாம்
என்ற கனவில் மிதந்திருக்கும்.

தூரப்பணயங்களுக்காகவோ

துப்பாக்கி ஏந்தி
திரிவதற்காகவோ
அவர்கள் குழந்தைகளைப்
பெற்றெடுக்கவில்லை.

அண்மையில் என் நண்பர் ஒரு குளிர்பானம் வாங்கினார். அதன் மூடியைத் திறந்தால், அதனுள் ஒரு தங்கக்காசு படம் இருந்தது. இந்த மாதிரி பத்து மூடி கொண்டுவந்தால், உங்களுக்கு ஒரு நிஜ தங்கக்காசு என்று எழுதியிருக்கிறது. அவர் உடனே போய் மேலும் அந்த பானத்தை ஒரு க்ரேட் வாங்கி வந்து திறந்து திறந்து பார்த்துக் கொண்டிருக்கிறார். இதுவரை அவர் வாங்கிக் குடித்தது நூறு பாட்டில். சேர்ந்திருப்பது 4 மூடி, பாக்கி 6 கிடைப்பதற்குள் அவர் ஆயிரம் பாட்டிலாவது குடிக்க வேண்டும். தங்கக்காசு ஒரு நாள் கிடைக்கும். ஏமாற்றமாட்டார்கள். அதற்கு முன் டயாபடிஸ் வந்துவிடும்.

'ஒரு டூத்பேஸ்ட் வாங்கினால் சீப்பு இலவசம்', 'இரண்டு வாங்கினால் மூன்று' போன்ற சலுகைகளை நான் பயன்படுத்துவதே இல்லை. அவர்கள் இலவசமாக எதையும் கொடுக்கிறார்கள் என்றால், விலை போகவில்லை என்றுதான் அர்த்தம். மேலும், டூத்பேஸ்ட், சோப்பு போன்றவைகளை நான் அடிக்கடி மாற்றுவேன். வாழ்க்கையில் கிடைக்கக்கூடிய ஓரிரு சந்தோஷங்களில் ஒன்று இது. மனித குணங்களை மாற்ற முடியாது. பற்பசையையாவது மாற்றலாம். சலுகை தருகிறார்கள் என்று மூன்று வாங்கிவிட்டு அதையே ஆறு மாசம் தேய்த்துக் கொண்டிருக்க விரும்பவில்லை. எனக்கு 'இரண்டுக்கு மூன்று' என்ற சொன்னால் 'சம்திங் ராங்' என்று ஒதுங்கிவிடுவேன். மேலும், இலவச இணைப்பாகத் தரும் கிண்ணிகளை வைத்துக் கொண்டு என்ன செய்வது என்பதையும் யோசித்துப் பார்த்தால் தெளிவு ஏற்படும்.

பவளவிழா காணும் விகடன் பத்திரிகையின் ஆசிரியர் பாலன், 1979லேயே, அதுவரை யாரும் செய்யாத ஒரு பிரம்மாண்டமான காரியம் செய்தார். அடுத்து வரவிருந்த என் 'கனவுத் தொழிற்சாலை' தொடர் கதைக்கு ஒரு சினிமா போலவே மவுண்ட் ரோடில் கதைக்கு ஜெயராஜ் வரைந்த படத்தைப் பெரிதாக்கி பானர் வைத்தார். அதன் புகைப்படத்தை எனக்கு பாலன் அனுப்பி வைத்திருந்தார். தொலைத்துவிட்டேன். (1979ல் பொன்விழா

இதழ் 5ல் வெளிவந்தது.) மேலும் சினிமா பற்றிய விவாதம் - டைரக்டர் மகேந்திரன், நடிகை லட்சுமி இருவருடன் - ஏற்பாடு செய்து, என்னை சேலத்திலிருந்து வரவழைத்து, தொடர்கதை வருவதற்குமுன் அதைப் பதிப்பித்தார். எழுத்தாளனுக்கு முக்கியத்துவம் கொடுத்தவர்களில் பாலன் முதன்மையானவர். விவரமாக 'நானும் விகடனும்' என்ற கட்டுரையில் எழுதியுள்ளேன்.

31

வாழ்வில் அத்தனை ஆர்வங்களும் தணிந்த பின்தான், சுயசரிதம் எழுதும் வயது வரும் என்றார் எவெலின் வா (Evelyn Waugh). அண்மையில் எனக்குக் கிடைத்த புத்தகங்களில் சுவாரசியமாக, உடனே படிக்க வைத்தது பிரபல நரம்பியல் நிபுணர் (79 வயது) டாக்டர் பி. ராமமூர்த்தி அவர்களின் சுயசரிதம். 'Uphill All the Way'. ஆங்கிலத்தில் எழுதப்பட்டு, 'தடைகள் பல தாண்டி' என்று ராணி மைந்தன் அவர்களால் சரளமாக 'ட்ரான்ஸ்லேட்'டப்பட்ட இந்தப் பெரிய புத்தகத்தை (569பக்கம்) ஒரு நாவலைப் போல சுவாரசியமாகப் படிக்க முடிகிறது. டாக்டர் ராமமூர்த்தி திருச்சிக்காரர் என்பதால், எனக்குத் தனி ஈடுபாடுதான். தாத்தா, பாட்டி, தந்தை, தாய், சின்னம்மா குடும்பங்களைப் பற்றி அவர் விவரிக்கும் காலகட்டத்தில் வாழ்வின் மதிப்புகள் மிக உயர்ந்த வையாக இருந்ததை உணர முடிகிறது. குறிப்பாக, சின்ன வயசி லேயே தாயை இழந்ததால் தன்னை வளர்த்த சின்னம்மாவைப் பற்றிய அத்தியாயம் உருக்கமாக இருக்கிறது.

'சின்னம்மா தன் மரணத்தின் போதுகூட சிரமப்படவில்லை. 1994 ஏப்ரலில் ஒரு நாள் புதுக்கோட்டையில் தன் சகோதரர் இல்லத்தில் இருந்தபோது ஓய்வெடுக்க, படுத்துக் கண்களை மூடியவர்தான். திறக்கவே இல்லை. முக்கல் இல்லை. முனகல் இல்லை. தன் வாழ் நாளில் யாரையும் துன்புறுத்தா அந்த நல்லவரின் இதயத்துடிப்பை துன்புறுத்தாமலேயே இறைவன் நிறுத்திவிட்டான். எத்தனை பேருக்கு இப்படியொரு அமைதியான மரணம் வாய்க்கும்.'

அந்த நாள்களின் விலைவாசியைப் பார்த்தால் தலை சுற்றும். ஒரு அணா என்பது இன்றைய சுமார் 6 பைசா. 'ட்ராமில் மருத்துவக் கல்லூரியிலிருந்து மவுண்ட்ரோடு ரவுண்ட்டாணாவுக்குப் போக அரையணா. அங்கே நல்ல ஓட்டலில் அல்வா, தோசை, காப்பி சாப்பிட மூன்று அணா. சினிமா பார்க்க நாலணா. ஆக, எட்டணா இருந்தால் போதும். மாலைப் பொழுதை ஜாலியாகக் கழிக்கலாம்.' இன்று எட்டணாவைப் பிச்சைக்காரர்கள்கூட, நெற்றியைச் சுருக்கிக் கொண்டுதான் வாங்கிக் கொள்கிறார்கள். சிலர், 'இந்தா... நீயே வச்சுக்க!' என்று திருப்பிக் கொடுத்து விடுகிறார்கள்.

★

All digital சினிமா வருகிறது. டெக்ஸஸ் இன்ஸ்ட்ரூமெண்ட்ஸ், மார்க்கோ போன்ற நிறுவனங்கள் ஃபிலிம் சுருள் இல்லாமல் நேரடியாக டிஜிட்டலாகக் காட்டும் ப்ரொஜெக்டர்களைக் கொண்டு வந்திருக்கிறார்கள். ஒரு மைய இடத்திலிருந்து அனுப்புவதை தியேட்டர்களில் பெற்று, உடனடியாகத் திரையில் காட்டும் தொழில் நுட்பத்தைக் கொண்டு வந்து, அதற்கான ப்ரொஜெக்டர்களையும் விற்கத் தொடங்கியுள்ளார்கள்.

இந்தியாவில் இதை பிரசாத், பெண்டா மீடியா போன்றவர்கள் கொண்டு வர உத்தேசித்துள்ளார்கள். The latest is not the best என்று ஒரு சித்தாந்தம், குறிப்பாக, கணிப்பொறியியலில் உண்டு.

ப்ரொஜெக்டர்கள் தற்போது இரண்டரை லட்சம் டாலர் ஆகிறது. விலை குறைய வேண்டும். குறைந்தாலும், தியேட் டர்காரர்கள் அனைவரும் தங்கள் வழமையான ப்ரொஜெக் டரைக் கடாசிவிட்டு டிஜிட்டலுக்கு மாறவேண்டும். அதற்கு டிஜிட்டல் பிம்பங்களின் நுட்பம் அதிகமாக வேண்டும். தற்போதைக்கு 4000 என்ற அடர்த்தியே சாத்தியமாயிருக்கிறது. ஃபிலிம் 20 ஆயிரத்தின் அருகில் இருக்கிறது. சாதாரண பெட்ரூம், ட்ராயிங் ரூம் கண் கசக்கல் படங்களுக்குப் பரவா யில்லை. என்றாலும், தரமான ஆக்ஷன் படங்களுக்கு குறுக்கே கோடு தெரியும். மழுப்ப வேண்டும். மேலும் தரக்கட்டுப் பாடுகள் இன்னும் வரவில்லை.

ஷார்ப் - ஒரு வழிபோனால், சோனி - வேறு வழி என்று ஆளுக் காள் பந்தாடிக் கொண்டிருக்கிறார்கள். கோடாக், ஹாலிவுட்

போன்றவர்கள் இதை சுவீகரிக்க வேண்டும். இதெல்லாம் நிறைவேறினால் நன்மைகள் பலப்பல.

ஒரு மையத்திலிருந்து நெட் மூலம் இறக்கிக் கொண்டு, விரும்பிய படத்தை, விரும்பிய நேரத்தில், விரும்பிய மொழியில் போடலாம். படத்தை அனுப்பும் போது என்க்ரிப்ஷன் என்னும் ரகசியமாக்கி அனுப்பலாம். திருட்டு வீடியோ கணிசமாகக் குறையும். ஒரே நாளில் ஆயிரம் இடங்களில்கூடக் காட்டலாம். படம் நாலு நாள் ஓடினால் போதும். முதல் பிரதியும் ஆயிரமாவது பிரதியும் ஒரே தரமாக இருக்கும்.

இந்த டெக்னாலஜி வந்துவிடும் என்றுதான் தோன்றுகிறது. மூன்று வருஷமா, ஐந்து வருஷமா, பத்து வருஷமா என்பதுதான் தெரியவில்லை.

32

சாலையில் செல்லும்போது தமிழக அரசின் மாசுக்கட்டுப்பாடு வாரியத்தின் அறிவிப்பைக் காண்கிறேன். அந்த வாரியத்தில் என்னவெல்லாம் செய்கிறார்களோ தெரியாது. 'மாசு' என்கிற வார்த்தை என்னைச் சிந்திக்க வைக்கிறது. ஏறக்குறைய நாம் இழந்துவிட்ட இந்தச் சொல் திருமுருகாற்றுப்படை, ஏன் அதற்கு முற்பட்ட திருக்குறளின் காலத்திலிருந்து பயன்பாட்டில் இருந்து வருகிறது. 'இருள் நீங்கி இன்பம் பயக்கும் மருள் நீங்கி மாசறு காட்சியவர்க்கு' என்னும் குறளில் குற்றம் என்கிற பொருளில் வருகிறது. 'மாசறு பொன்னே வலம்புரி முத்தே' என்று சிலப்பதிகாரத்திலும், 'மாசில் வீணையும் மாலை மதியமும்' தேவாரத்திலும், 'மாசுடம்பில் நீர் வாரா' என்று பிரபந்தத்திலும். இதன் பிரயோகங்கள் பல. குற்றம், அழுக்கு, கருமை, விபரீதம், பாவம், மாசுபடலம், வலைவடிவம் என்று பல பொருள்களில் பயன்பட்டு, இப்போது தூசு மட்டும் மிச்சமிருக்கிறது. வாரியம் என்ற வார்த்தை நம் கல்வெட்டுகளிலிருந்தும் வைணவ நூல்களிலிருந்தும் வந்திருக்கிறது, 'மேல் விசாரணை செய்யும் உத்தியோகம்' என்கிற அர்த்தத்தில்.

மாசாவது பரவாயில்லை. 'ஆசு' அறவே அழிந்துவிட்டது. இதற்குக் குற்றம் சார்ந்த பல அர்த்தங்கள் உள்ளன. 'ஆசில் பரதாரம் அவை அஞ்சறை அடைப்போம் மாசில் புகழ் காதலுறுவேம்' என்கிற கம்பர் வரிகள் மிகப் பிரசித்தமானவை. திருக்குறள், சிலப்பதிகாரம் போன்றவற்றில் இருந்த இந்தச் சொல், அற்பம், சந்தேகம், துன்பம், பற்றுக்கோடு, வாளின்

கைப்படி, கைக்கவசம், பற்றவைக்கும் பொடி, அசைச்சீர், நூலிழைக்கும் கருவி, இலக்கு இத்தனை அர்த்தங்களை ஏற்றிருக்கிறது. (தமிழில், ஒரே வார்த்தை பல அர்த்தங்களை ஏற்பது இலக்கண, எதுகைக் கட்டாயங்களினால் என்று ஒரு சித்தாந்தம் உண்டு.) ஆசு என்கிற சொல்லை முழுவதும் இழந்து விட்டோம். (நெசவாளிகள் யாராவது பயன்படுத்துகிறார்களோ தெரியவில்லை.) கட்டுப்பாடு என்ற சொல் ஒரு சமூக ஏற்பாடு. கட்சி போன்ற அர்த்தத்துடன் மற்றொரு விபரீத அர்த்தத்தையும் கொண்டிருந்ததாம். 'சட்டப்படி வைப்பாட்டி வைத்துக் கொள்கை' என்று இது, சேலம் ஜில்லாவில் புழங்கி வந்ததாம். இன்று பலர் கட்டுப்பாடாக இருப்பதன் பின்னணி புரிகிறது!

இம்மாதிரியான பல வார்த்தைகள் வழக்கொழிந்து போகுமுன் அரசு கட்டடங்களிலாவது காப்பாற்றி, இவைகளுக்குப் புதுப்பிரயோகங்கள் கண்டுபிடிக்க வேண்டும். உதாரணமாக, மாசு என்பதைக் கணிப்பொறி மென்பொருளில் வரும் 'வைரஸ்'சுக்குப் பயன்படுத்தலாம். ஆசு என்பதை அதன் bug என்று சொல்லும் பிழைகளுக்குப் பயன்படுத்தலாம். இப்படி மாசற்ற ஆசில் மென் பொருள்கள் மூலம்தான் காப்பாற்ற முடியும். இல்லையென்றால் தொலைக்காட்சி அறிவிப்பாளிகள் மொழியை உண்டு இல்லை என்று பண்ணி, 'ஓக்கே, மிஸ்டர் பாண்டியன், உங்க டி.வி. வால்யூம் கொஞ்சம் ரெட்யுஸ் பண்றிங்கலா ஓக்கே' என்று மொத்த மொழியையே ஐம்பது வார்த்தைகளில் அடக்கிவிடுவார்கள்.

33

இன்று மிக வேகமாக நிகழ்ந்த நிகழ்ச்சிகளைப் பதம் பிரித்துப் பார்க்க ஒரு வாரமாவது ஆகும். ஆனால், உடனே தெரியும் சில விஷயங்களை உங்களுடன் யோசிக்க விரும்புகிறேன். உண்மை என்பதற்குத் தமிழ்நாட்டில் பல வடிவங்கள் உள்ளன. சன் டீ.வி வடிவம், ஜெயா டீ.வி வடிவம், ஸ்டார் டீ.வி வடிவம் என்று இதில் உண்மையான உண்மையை நாம் குழப்பத்தின் நடுவே வடிகட்டி அறிந்து கொள்ள, தனிப்பட்ட திறமைகளை வளர்த்துக் கொள்ள வேண்டும். அதற்கு ஏதுவாக சில விதிகள் இதோ:

கோப்புக் காட்சிகள் எதையும் நம்பாதீர்கள். எந்த மந்திரியும் சாசுவதமில்லை. எந்த போலிஸ் அதிகாரியும் அவ்வண்ணமே.

எந்தச் செய்தியிலும் மிகை இருக்கும் - லேசான ஒரு முத்து ரத்தத்தை, ரத்தம் ஆறாக வடிந்தது என்று சொல்லும் பழக்கம் நம்மிடம் கலிங்கத்துப் பரணியிலிருந்தே இருக்கிறது. அதேபோல் பழையனூர் நீலி சிண்ட்ரோமும் தமிழ்நாட்டுக்கே உரிய சமாசாரம்.

ஆறு மாதத்தில் தமிழ் நாட்டு அரசியல் பிஹாரை நோக்கிச் செல்லும்.

சோ, யார் கட்சி என்று கண்டுபிடிக்கவே முடியாது. பத்திரிகைக் காரர்களை விரோதிப்பது சரிவின், வீழ்ச்சியின் முதல் கட்டம். அவர்களை முந்திரிபருப்பு, டீ சமாசாரங்களால் வாங்க முடியாது.

தமிழ்நாட்டுக்குத் தண்ணீர் வருவது பருவ மழையைப் பொறுத்தது. சென்னைக்குத் தண்ணீர் வருவதும் அஃதே.

இதன் இடையே மாநிலத்தின் மக்கள் நலன் என்ற வஸ்துவை யாராவது பார்த்தால் உடனே எனக்கு மெயில் அனுப்பவும்.

இந்த வாரத் திருக்குறள்.

'கேட்டினும் உண்டோ உறுதி கிளைஞரை

நீட்டி அளக்குமோர் கோல்.'

கஷ்ட காலத்திலும் ஒரு நன்மை உண்டு - நண்பர்களை அளந்து பார்க்கும் தராசு கிடைக்கும்.

34

வீடியோ நாடகங்கள் உங்களையெல்லாம் தகுந்த அளவு பைத்தியமடித்திருக்கும் என்று நம்புகிறேன். The Medium is the message என்று மக்லூஹன் சொன்னதும் ஜார்ஜ் ஆர்வெல்லின் *1984* நாவலும் நினைவுக்கு வருகின்றன. தமிழ் நாட்டில் சென்ற வாரம் நடந்த குழப்பங்களை அலசிப் பார்ப்போம்.

1. ஒரு மாஜி மந்திரி ஒரு கோடவுனுக்குள் புகுந்தார்.
2. அங்கிருந்த அரிசியைப் பதம் பார்த்தார்.
3. அது புழுத்த அரிசி இல்லை என்றார்.
4. அதை ஒரு நிருபர் படம் பிடித்தார்.
5. அவர் சன் டீ.வி நிருபர் என்பதால் கைதானார்.
6. பத்திரிகையாளர்கள் ஒரு காரணத்துக்காகக் காத்திருந்தவர்கள். உடனே எழுச்சிப் போராட்டம் நடத்தினார்கள்.
7. 150பேர் கைதானார்கள்.
8. தேசிய அளவில் இது பேசப்பட்டது
9. கருணாநிதி கலைஞர் கடிதத்தில் ஜெயலலிதாவை திருமதி என்றார்.
10. அதற்குக் கோபம் கொண்டு அவரை, ஏதாவது ஒரு காரணத்தைச் சொல்லி 'ராவோடு ராவாக கைது செய்து சிறையிலடை' என்று காவல் துறைக்கு ஆணையிட்டார்.

11. கைவசம் மேம்பாலம்தான் அகப்பட்டது.

12. ஒரு அவசர எப்.ஐ.ஆர் பதிவு செய்து, பேய்கள் கூடத் தூங்கும் வேளையில் கருணாநிதி கைது செய்யப்பட்டார்.

13. அதற்கு எதிர்ப்பு தெரிவித்த மத்திய மந்திரிகள் இருவரும் கைது செய்யப்பட்டனர்.

14. சன் டீ.வி வீடியோவில் கருணாநிதியை மிகவும் கொடுமைப் படுத்தியிருப்பது திரும்பத் திரும்பத் தெளிவாயிற்று.

15. அந்த வீடியோவை இதுவரை 347 தடவை போட்டார்கள்.

16. லூப்பில் போட்டு ஒவ்வொரு முறையும் மூன்று தடவை அந்த 'ஐயோ' எதிரொலித்தது.

17. ஜெயா டீ.வி அதற்கு மாற்று வீடியோ ஒன்று கொடுத்தார்கள். அதில் கலைஞர் நடக்கிறாரா... விழுகிறாரா... என்ன செய் கிறார் என்பது குழப்பமாக இருந்தது.

18. சன். டீ.வி இதே வீடியோவைப் படம் வரைந்து பாகங்களைக் காட்டியது.

19. இதையெல்லாம் பார்த்து வெகுண்ட மைய அரசு, பெர்னாண் டஸ் தலைமையில் ஒரு குழுவை அனுப்ப, அவர் 356ஐ சிபாரிசு செய்தார்.

20. ராஜ்யசபா பெரும்பான்மை இல்லாததால் 356 அவ்வளவு சுலபமல்ல.

21. அதனால் மைய அரசு ஒரு வார்னிங் கொடுத்துவிட்டு விலகிக் கொண்டது.

22. மந்திரிகள் மேல் குற்றச்சாட்டுகள் கைவிடப்பட்டு விடுதலை ஆயினர்.

23. 'வெற்றி நமக்குத்தான்' என்று இரு தரப்பினரும் கொண் டாடினர்.

24. ஒருவிதமான, ஸ்தம்பித்த நிலையில் தமிழ் மக்கள், ஒரு கவர்னர் மாற்றத்தைக் கவனித்தனர்.

25. மேம்பால ஊழல் வழக்கு பெயிலுக்கு கோர்ட்டுக்கு வர, போலிசை நீதிபதி , 'இது என்னய்யா, அடாச கேசு! தலையு மில்லை, வாலுமில்லை' என்று கடிந்தார்.

26. திடீர் என்று அரசுக்கு வயதுக்கு மதிப்பு ஏற்பட, கலைஞர் விடுதலை செய்யப்பட்டார்.

27. அறிவாலயத்தில் கலைஞர் பத்திரிகையாளர்களைச் சந்தித்து, பரபரப்பான பேட்டி அளித்தார். 'அந்தம்மாவுடன் எனக்கு என்ன விரோதம்? நான் என்ன சுதாகரனா?'

முதல் வாரக் கதை இந்த இடத்தில் தொடரும் போட்டிருக்கிறது. இதில் புலப்படும் ஆதாரமான விஷயங்கள் இவை.

1. தெளிவாவது - ஜெயலலிதா, 'கலைஞரைக் கைது செய்ய வேண்டும்' என்னும் ஒரு Single point agendaவுடன் பதவி யேற்றிருக்கிறார்.

2. எதிர்க்கட்சிகள் அறிவித்த 'பந்த்' கதவடைப்பு அப்படி ஒன்றும் பெரிய வெற்றியில்லை. ஒயின் ஷாப்புகளும், கையேந்தி பவன்களும் திறந்திருந்தன. பஸ்கள் ஓடின.

3. கலைஞரைக் கடுமையாக இழுக்கடித்துத் தள்ளாட வைத்த உண்மையை எந்த டீவியும் மாற்ற முடியாது.

4. போலிஸ் அதிகாரிகள் வளையச் சொன்னால், தவழ்ந்திருக் கிறார்கள். சிலர் மல்லாக்கப் படுத்துக்கொண்டு நாலு காலையும் உயர்த்தியிருக்கிறார்கள்.

5. இந்த அளவுக்கு விசுவாசத்தை ஜெயலலிதாவே எதிர்பார்த் திருக்க மாட்டார்.

அடுத்த வாரத்தில் நிகழக்கூடியது.

மைய அரசு இதற்கு மேல் இதைப் பெரிது பண்ணுவது ஜெய லலிதாவைப் பொறுத்தது. அதன் 'கடுமையான' எச்சரிக்கைக்குப் பணிந்து, போலீஸ் கான்ஸ்டபிள்கள் ஓரிருவர் மாற்றப்படலாம். இதனிடையில் தமிழகம் கண்ணீர் விடக்கூடத் தண்ணீர் இல்லா மல் தத்தளிக்க, பருவ மழையை எதிர்பார்த்துக் காத்திருக்க... மேலும் மேலும் அறிக்கைகள் வெளியாக... மெகா சீரியல்கள், பிராமண பாஷையில் - கதை, தமிழ்நாட்டு பொருளாதாரம் போல ஊர்ந்து கொண்டிருக்கும். தெந்துல்கர் 30வது செஞ்சுரி அடிக்கலாம்.

35

நண்பர் ஜப்பார், காமராஜர் பிறந்த தினத்தன்று தொடங்கப் போகும் இணைய ரேடியோ தளத்துக்கு வாழ்த்துச் செய்தி கேட்டிருந்தார். டெலிபோனில் அதைக் கூற, அவர் பதிவு செய்து கொண்டதும் இணைய வானொலி (ஸாரி, வலையொலி) பற்றி யோசித்தேன்.

சாதாரணமான வானொலி நிலையங்கள் மீடியம் வேவ் எஃப்.எம் அலைவரிசைகளில் இயங்கும். இவைகளுக்கு பரப்பளவு குறைவு. ஷார்ட் வேவ் நிலையங்களுக்கு (பி.பி.சி., டாய்ஷ் வெல்லர் போன்றவை) உலகெங்கும் பரவக்கூடியவை. ஆனால் இவைகளை அமைக்க ராட்சஸ ட்ரான்ஸ்மிட்டர்களும், ஏக்கர்களாக விரிந்த வயலெங்கும் அமைத்த ஆன்டென்னாக் களும் தேவைப்படும். இவைகளைப் பரிபாலிக்க நூற்றுக் கணக்கான இன்ஜினியர்கள் தேவைப்படுவர். இணைய ரேடியோ இப்படியில்லை. ஒரு வலைத்தளத்துக்கு அனுமதி பெற்று, கொஞ் சம் மெமொரியும் எளிய ஸ்டுடியோ வசதிகளும், சிலபல சிடிக் களும், சில மென்பொருள்களும் போதும். தொடங்கிவிடலாம். இந்தத் தளங்களை அணுக, தனிப்பட்ட ரேடியோ பெட்டிகள் தேவையில்லை. வலைத்தளத்தில் முகவரியை உள்ளிட்டால் தேடியந்திரம் மற்றதைப் பார்த்துக் கொள்கிறது. ஆடியோவின் தரமும் ரேடியோவுக்கு ஈடாகச் செல்ல முடிகிறது. ரியல் ஆடியோ, எம்பி த்ரி, டபுள்யு எம்ஏ போன்ற பல வசதிகளும் ஸ்ட்ரீமிங் என்னும் தொழில் நுட்பத்தை உன்னதமாக்கி விடுகின்றன.

இணையத்தின் இந்தச் சாத்தியத்தைப் பயன்படுத்தும்போது இணைய ரேடியோவின் உள்ளடக்கத்தைக் கவனிக்க வேண்டியது அவசியம். அதே ரஹ்மான், இளையராஜா பாடல்கள், அதே அசட்டு நாடகங்கள், அதே திருக்குறள், தாளடி விவசாயக் குறிப்புகள், அறிவுரைகள், அதே சமையல் குறிப்புகள் என்றால் - ஊடகம் மாறியதே தவிர, உள்ளடக்கம் மாறவில்லை என்பது தெளிவாகும். ஒருமுறை, இரு முறை கேட்டுவிட்டு, அவரவர் தத்தமது லோக்கல் வீடியோவுக்குப் போய்விடுவார்கள். எஃப் எம் ரேடியோவின் பிரபலத்தின் காரணத்தை நாம் அறிந்து கொள்வது அவசியம். இதன் குறுகிய பரப்பளவு இதற்கு ஒரு சாதகம். அந்தந்தப் பேட்டைக்குச் சொந்தமான செய்திகளையும், அங்கே உள்ள டராஃபிக் நிலவரங்களையும் கடைசியில் அதிரடி விற்பனைகளையும், ஆடித் தள்ளுபடிகளையும் சொல்ல அவைகள் தோதாக இருக்கின்றன. அடுத்த தெரு பாத்திரக் கடையில் ‘சேல்’ என்பதை உலகெங்கும் பரப்ப வேண்டிய அவசியமில்லை. எஃப் எம் ரேடியோவின் வெற்றிக்கு இதுதான் முக்கிய காரணம்.

இணையத்தின் மூலம் உலகெங்கும் பரத்தும்போதும் உள்ளடக்கம் உலகளாவியதாக இருக்க வேண்டும். இல்லையெனில், இதுவும் ஒரு நவீனம் என்று பல்லாயிரக்கணக்கான இணைய நவீனங்களோடு சேர்ந்துவிடும். என் கருத்தில் இணைய ரேடியோ கீழ்கண்டவாறு இருக்க வேண்டும்.

வெளிநாடுகளின் விசா விதிகள், வானிலை, தகுந்த உடைகள், பயணத்துக்கான சலுகை விவரங்கள், உலக இலக்கியங்களின் மொழிபெயர்ப்புகள், உலகத்தரம் வாய்ந்த கவிதைகள், கிரிக்கெட் போன்றவைகளின் நேர்வர்ணனைகள், மற்ற மொழிகளில் பயிற்சி... இப்படி இருக்கலாம். பி.பி.சி வேர்ல்டு ஒரு நல்ல உதாரணம். பூமிக்குப்பம் சாமிநாதன் விரும்பிக் கேட்ட கண்ண தாசன் பாடல் என்றால், உடனே விரலழுத்தி, நீக்கம் செய்து விடுவார்கள்.

36

‘உண்மையே உன் விலை என்ன’ என்று சோ ஒரு நாடகம் எழுதினார். இப்போது ‘உண்மையே உன் வடிவம் என்ன’ என்றுதான் எழுத வேண்டும். ராஜ் டீ.விக்கு ஒரு உண்மை, சன் டீ.விக்கு ஒரு உண்மை, ஜெயா டீ.விக்கு வேறு உண்மை என்று கண்டு தமிழ்நாட்டு மக்கள் குழப்படியில் முடி இழந்து கொண்டிருக்கிறார்கள்.

ரமேஷ் என்பவர் குடும்பத்தோடு தற்கொலை செய்துகொண்ட பின், போலீசார் விசாரிப்பதற்குமுன் அத்தனை பத்திரிகைகளும், டீ.விக்காரர்களும் விசாரித்து ஆளாளுக்கு ஒரு உண்மை நிலை சொல்லியிருக்கிறார்கள். உண்மையைப்பற்றிய ஒரே ஒரு உண்மையான பொன்மொழி இதுதான். ‘உண்மை சொல்லப் படும்போதே கொஞ்சம் பொய் கலந்துவிடுகிறது.’ சுந்தர ராமசாமியின் ‘திரைகள் ஆயிரம்’ என்னும் குறுநாவல் நினைவுக்கு வருகிறது.

சென்ற வாரம் முழுவதும் நம்மை ஆக்கிரமித்த செய்தி பாகிஸ்தான் - இந்தியா ஆக்ரா பேச்சுவார்த்தைகள்தாம்.

ஐம்பத்தைந்து வருடச் சண்டை, ஐந்து நாளில் தீர்ந்துவிடும் என்று ஆக்ரா நகரத்தில் டூரிஸ்டுகளுக்காகக் காத்திருக்கும் கரடி கூட நம்பியிருக்காது.

முதலில் ‘டிக்ளரேஷன்’ என்றார்கள். அதன்பின் ‘ஸ்டேட் மெண்ட்’ என்றார்கள். இரண்டுக்கும் என்ன வித்தியாசம் என்று

டிக்ஷனரியைப் புரட்டி, மண்டையை உடைத்துக் கொண்டபோது, இரண்டுமே இல்லை. வெறும் டாட்டா காட்டலுடன் முடிஞ்சு போச்சு என்று நிருபமாராவ், ராத்திரி பன்னிரண்டு மணிக்கு அறிவித்தார்.

உலகின் அத்தனை நாடுகளும் அத்தனை சானல்களும் ஆவலோடு காத்திருக்க, எல்லாருக்கும் வேட்டியை அவிழ்த்துக் காட்டி விட்டுப்போய்விட்டார்கள். எத்தனை செலவு, எத்தனை எதிர் பார்ப்பு, அத்தனையும் 'ஒக்க மடிந்ததடி, ஊடுருவ வெந்ததடி கற்கோட்டையெல்லாம் கரிக்கோட்டையாச்சுதடி' என்று பட்டினத்தார் சொன்னதுபோல வேஸ்ட்... வேஸ்ட்!

இந்த இடிபாடுகளுக்கிடையே பொறுக்கியெடுக்கும்படி, எரி யாத ஓரிரண்டு எலும்புகள் கிடைத்தன. வாஜ்பாய், பாகிஸ்தான் அதிபரின் அழைப்பை ஏற்று இஸ்லாமாபாத் போனாலும் போவார். (அங்கே போய் 'இஸ்லாமாபாத் டிக்ளரேஷன்' என்று ஆரம்பித்து 'ஸ்டேட்மெண்ட்' என்று சுருங்கி... 'அப்புறம் சொல்கிறோம்' என்று ப்ளேன் ஏறித் திரும்பி வரமாட்டார் என்பதற்கு உத்திரவாதம் இல்லை.)

அமெரிக்கா, ஐ.நா அதிபர்கள் - நம் தலைவர்கள் இருவரும் 'பேச ஆரம்பித்ததே பெரிய விஷயம்' என்று சிலாகித்தார்கள். உச்சி மாநாட்டுக்குத் தயாரிப்பு சரியில்லை என்ற ஒருவரை ஒருவர் குற்றம் சாட்டினார்கள். முஷாரஃப், தாஜ்மகால் பார்த்து மனைவி யுடன் போட்டோ எடுத்துக் கொண்டதும், தர்யாகஞ்ச் ஹவேலி யில் தன் நானியை சந்தித்ததும் உருப்படியாக நடந்த விஷயங் கள். எல்லாவற்றையும் பின்யோசிக்கையில், 'நாம் உபயோகப் படுத்தப்பட்டோமோ' என்கிற சந்தேகம் வலுவாகிறது. கண் ணாடியில் உற்றுப்பார்த்தால் லேசாக நாமம் தெரிகிறது.

கீழ்கண்ட சம்பாஷணை, அண்மையில் இஸ்லாமாபாத்தில் நிகழ்ந்திருக்கலாம்.

பேகம் முஷாரஃப்: உங்களைக் கல்யாணம் செய்து கொண்டதி லிருந்து ஒரு பீச் உண்டா, பார்க் உண்டா, எப்போது பார்த்தாலும் மிலிட்டரி கண்டோன்மெண்ட், கார்கில் போர், பதவி கவிழ்ப்பு... இப்படியேதானா?

முஷாரஃப்: பேகம்! என்ன வேணும் என்கிறாய்?

பேகம்: எனக்கு இந்த ஷணம் தாஜ்மகால் பார்க்க வேண்டும்.

முஷாரஃப்: அது இந்தியாவில் இருக்கிறதே!

பேகம்: என்ன செய்வீர்களோ, ஏது செய்வீர்களோ? எனக்கு தாஜ் மகாலை போட்டோவில் பார்த்து அலுத்துவிட்டது. ஒரொருத்தன் மனைவிக்கு சலவைக்கல்லால் பெரிய சமாதியே கட்டுகிறான். நான் என்ன கேட்கிறேன். சும்மா பார்க்க வேண்டும் என்றுதானே.

முஷாரஃப்: சரி. ஒரு காரியம் பண்ணுகிறேன். வாஜ்பாய் என்று ஒரு அப்பிராணி இருக்கிறார். அவரை சந்திக்கிறாற்போல் செல்கிறேன். நீயும் கூடவா. ஒரு ஐடியா! சந்திப்பையே ஆக்ரா வில் வைத்துக் கொண்டுவிடலாமே?

பேகம்: வாஜ்பாய் நம் எதிரியல்லவோ? மசூதியெல்லாம் இடிக் கிறார்களாமே?

முஷாரஃப்: எதிரிதான். இருந்தாலும் வராதே என்று சொல்ல மாட்டார்கள். இந்தியர்கள் அப்படி! அல்வா நிறைய சாப்பிடு கிறார்கள்.

பேகம்: எனக்காக எதையும் நீங்கள் விட்டுக்கொடுக்க வேண்டாம்.

முஷாரஃப்: அதுபற்றிக் கவலைப்படாதே. ஆங்கிலத்தில் எதை வேண்டுமானாலும் மழுப்பலாகச் சொல்லித் தப்பித்துவிடலாம்.

இந்தச் சம்பாஷணையைத் தொடர்ந்து ஆக்ரா உச்சி மாநாடு நடந்து, வீட்டுக்குத் திரும்பும்போது விமானத்தில்...

முஷாரஃப்: பேகம், இப்போது திருப்திதானே?

பேகம்: திருப்திதான். இருந்தாலும் அஜ்மீரில் நல்முத்தும் பவழமும் சீப்பாகக் கிடைக்குமாம். அங்கேதான் போக முடியவில்லை!

முஷாரஃப்: கவலைப்படாதே, அடுத்த முறை வாஜ்பாய் வந்ததும்... அப்போதும் பிரச்சனை தீராது. மீண்டும் என்னைக் கூப்பிடுவார். அப்போது அஜ்மீரிலும், ஐதராபாத்திலும் வைத்துக் கொள்ளலாம். இன்னும் எங்கெல்லாம் போய் போட்டோ எடுத்துக் கொள்ள வேண்டும்; சொல்லிவிடு! இந்தப் பேச்சு வார்த்தை பரிமாற்றம் இப்போதைக்கு ஓயாது.

பேகம்: உங்களைக் கணவராகப் பெற்றதற்கு அல்லாவுக்கு நன்றி கூற வேண்டும். பர்வேஸ்! ஒரு யோசனை சொன்னால் கோவித்துக் கொள்ள மாட்டீரே?

முஷாரஃப்: சொல்லு... பேகம்.

பேகம்: காஷ்மீர் பிரச்னை தீர இந்தியாவுக்கும் பாகிஸ்தானுக்கும் ஒரு கிரிக்கெட் மாட்ச் இங்கிலாந்தில் வைக்கலாம். நியூட்ரல் அம்பயர்கள். இந்தியா ஜெயித்தால் காஷ்மீர் அவர்களுக்கு. பாகிஸ்தான் ஜெயித்தால் காஷ்மீர் பாகிஸ்தானுக்கு. மாட்ச் ட்ரா ஆனால் காஷ்மீர் காஷ்மீரிகளுக்கு.

முஷாரஃப்: நல்ல ஐடியா! 'லகான்' விசிடி எங்கு கிடைத்தது உனக்கு?

கற்பனை சம்பாஷணைகள் போகட்டும். உண்மை நிலை என்ன?

காஷ்மீரைத் தவிர்த்து, பேச்சுவார்த்தை நடத்தும் எந்த அரசாங்கமும் பாகிஸ்தானில் பிழைக்க முடியாது. காஷ்மீரைத் தவிர மற்றதெல்லாம் பேசுவதற்கு இந்தியா தயார். 'க்ராஸ் பார்டர் டெர்ரரிசமா, அப்படி என்றால் என்ன?' என்று பாகிஸ்தான் கேட்கிறவரை இதற்குத் தீர்வே இல்லை. கொடுத்துவிடலாமா என்றால் காஷ்மீரிகளோ, காஷ்மீர் என்னும் தனி நாட்டுக்குத் தயார்தானா என்பது சந்தேகம்! அப்படி ஏற்பட்டால் அடுத்த வாரத்துக்குள் அது பாகிஸ்தானால் விழுங்கப்படும். ஆசாத் காஷ்மீர் ஒருபுறம் ஜே.கே.எல்.எஃப். ஒரு புறம். ஹுரியத் கான்ஃபரன்ஸ், தாலிபான், லஸ்கர் இ தொய்பா என்று தீவிரவாதிகள் ஒருபுறம். லட்சக்கணக்கான காஷ்மீரி பண்டிட்டுகள் சொந்த நாட்டிலேயே அகதிகளாக ஒரு புறம். அங்கு தலைமுறைகளாக வாழும் சர்தார்ஜிகள் ஒருபுறம். இப்படிக் குழப்பமான சூழ்நிலையில், இந்தியா காஷ்மீரை விட்டுக்கொடுக்க முடியாது. காரணம் அது எக்கச்சக்கத்துக்கு இழந்துவிட்டது. செலவழித்துவிட்டது என்பதை பாகிஸ்தான் உணர வேண்டும். அதைவிட காஷ்மீரை விட்டுக்கொடுத்தால் நாகாலாந்தை விட்டுக்கொடுக்க வேண்டும். அதன் பின் மணிப்பூர் காத்திருக்கிறது. திரிபுரா... அதன்பின் லதாக்... பின் வித்ரபா... அதன்பின் திராவிட நாடு. ஓ நோ.!

37

வடகலை, தென்கலை என்று ஒரு வலைத்தளம் வந்திருப்பதாகக் கேள்விப்பட்டேன். அமெரிக்காவுக்கு சாஃப்ட்வேர் எழுதச் சென்றிருக்கும் இளைஞர்கள்கூட இதற்கு ஆர்வம் காட்டுகிறார்கள் என்பதை அறிந்தேன்.

வைணவர்களிடம் இருக்கும் இந்த இரண்டு பிரிவுகள் ராமானுஜருக்குப் பிறகு ஏற்பட்டவை. 13வது, 15வது நூற்றாண்டில் வாழ்ந்த ஸ்ரீ வைஷ்ணவ ஆசாரியார்களுக்கிடையே ஏற்பட்ட தர்க்க வாதங்கள் இந்தப் பிரிவுகளுக்கு வித்திட்டன. ஸ்ரீரங்கத்திலும் காஞ்சியிலும் இரண்டு விதமான தத்துவ விசாரமுறைகள் எழுந்தன. ஸ்ரீரங்கத்து ஆசாரியார்கள் ஆழ்வார்களின் நாலாயிர திவ்யப் பிரபந்தத்தை அடிப்படையாகக் கொண்டு எளிதான மேற்கோள்களுடன் ஒரு பிரசார நடையைப் பயன்படுத்தி வைணவத்தைப் பரப்ப முயன்றார்கள். காஞ்சி ஆசாரியார்கள் விசிஷ்டாத்வைத வேதாந்தத்தை, வடமொழியில் இருக்கும் வைணவக் கிரந்தத்தை அடிப்படைக் கிரமமாகக் கொண்டு புறமத வாதங்களை அறிவுப்பூர்வமாகச் சந்தித்தனர்.

இவ்விரு அணுகுமுறைகளுக்கும் உதாரணப் புருஷர்கள் மணவாள மாமுனிகளும், வேதாந்த தேசிகரும். இவ்விரு முறைகளிடையே உள்ள வேறுபாடு நாளடைவில் விரிவடைந்து 18வது நூற்றாண்டுக்குப் பிறகு தனித்தனியே பிரிந்தன. இரண்டு ஆசாரியார்களும் தத்தம் முறைகளில், வழிகளில் ராமானுஜருடைய

உபயவேதாந்த மரபைத்தான் நிலைநிறுத்த விரும்பினர். வேறு வேறு பாதைகளில் சென்றனர். 18வது நூற்றாண்டில் உச்சக் கட்டத்தை அடைந்த இவர்களுக்குள் ஏற்பட்ட வேறுபாடுகளும் பூசல்களும் இரண்டு ஆசாரியார்களையும் மனம் புண்பட வைத்திருக்கும்.

இன்று தென்கலை, வடகலையினர் தமக்குள் திருமணம் செய்துகொண்டாலும் அவர்கள் அனுஷ்டானங்களில் சில அற்பமான வேற்றுமைகள் மட்டும்தான் மிஞ்சியிருக்கின்றன. நாமம் போட்டுக் கொள்ளும் முறை, சாதம் பரிமாறுவது, விழுந்து சேவிப்பது... இப்படித்தான் மிஞ்சியுள்ளது. இவர்கள் பெரும்பாலானோருக்குப் பக்திக்கும் ப்ரபத்திக்கும் வித்தியாசம் தெரியாது. புரியவும் புரியாது இருபாலாருக்கும். பத்திரிகைகளுக்கும், விஷயம் தெரிந்தவர்களுக்கும் மட்டும் சுவாரசியமாயிருக்கும் விவாதங்களும் உண்டு. கோயில்களில் எந்த நாமம் போடுவது என்று சுப்ரீம் கோர்ட்டு வரை கேசுகளும், வடகலை யானை, தென்கலை யானைகளும் உண்டு. ஒரு வகையில் கிறித்தவர்களின் ப்ராடெஸ்டண்ட், கத்தோலிக்க வேறுபாடுகளுடன் இதை ஒப்பிடுகிறார் டாக்டர் பாட்ரிஷியா மம் (Patricia Mumme) என்னும் அமெரிக்க அறிஞர்.

அண்மையில் காலமான (வைணவப் பரிபாஷையில் ஆசார்யன் திருவடியை அடைந்த) என் சித்தி ஸ்ரீரங்கம்மாள் தன் கண்களைத் தானம் செய்திருந்தார். இறந்து போன 3 மணி நேரத்துக்குள் இரண்டு பெண்கள் வந்து திறமையாக சிரமமில்லாமல் கண்களை நீக்கிச் சென்றனர். பேப்பரில் கொடுக்கும் போது eyes donated என்று சேர்க்கச் சொன்னார்கள்... கார்னியா 'ஏவாஸ்குலர்' (avascular) என்பதால் வயசில்லையாம். அதனால் கார்னியா நிச்சயம் பயன்படும் என்கிறார்கள்.

எம்.ஜி.ஆர் மருத்துவப் பல்கலைக்கழகத்தின் துணை வேந்தரான டாக்டர் ஆனந்த கண்ணன் கண் தானத்தைப் பிரபலப்படுத்த மிகுந்த முயற்சிகள் எடுத்துக் கொண்டவர். தற்போது பல்கலைக் கழகத்தில் கண் மட்டுமின்றி மற்ற உறுப்புகளைத் தானம் செய்பவர்களின் தகவல் வங்கி இருக்கிறதாம். அதேபோல் மாற்று உறுப்பு சிகிச்சைக்காகக் காத்திருப்பவர்கள் விவரமும் டிஷ்யு டைப்பிங் போன்ற பொருத்தங்கள் பார்த்து, தயாராக இருக்கிற தாம்.

தமிழ்நாட்டில் கண்கள் தவிர மற்ற உறுப்புகளைத் தானம் செய்வதில் சில இடையூறுகள் இருக்கிறதாகச் சொல்கிறார்கள். டாக்டர் ரவி, தன் தந்தையின் உடலுறுப்புகளைத் தானம் செய்ய விரும்பியபோது, இதற்காக கோர்ட் ஆர்டர் பெற வேண்டியிருந்தது என்றார். கர்நாடகாவில் அனாட்டமி ஆக்ட் என்று இருக்கிறதாம். தமிழ்நாட்டுக்கு வரவில்லை. கர்நாடகாவில் மிஸ்இன்ஃபர்மேஷன் ஆக்ட் (misinformation act) கூட இருக்கிறது. எய்ட்ஸிலிருந்து பைல்ஸ் வரை எல்லா வியாதிகளையும் குணப்படுத்துவதாகச் சொல்லும் போலி வைத்தியர்களின் மேல் கேஸ் போடலாம்.

பொதுவாகக் கண் தானத்தில் இந்துக்களுக்கு சற்று தயக்கம் இருக்கிறது. ஜைனர்கள் மனமுவந்து செய்கிறார்கள்.

ஒரு கவிஞன் கவிதை எழுதிவிட்டுப் போவதைப் போல்தான் கண்ணைக் கொடுத்துவிட்டுப் போவதும். எல்லோராலும் கவிதை எழுதமுடியாது. கண் தானம் செய்ய முடியும்.

38

விரைவில் 'தினம் ஒரு வாகர் ஹைக்கூ' என்கிற பகுதியைத் தொடங்கப்போகிறோம். இதில் வாசகர்கள் அனுப்பும் ஹைக்கூக் களை மட்டும் பிரசுரிக்கத் தீர்மானித்திருக்கிறோம். அதில் பங்கேற்குமுன் நவீன ஹைக்கூவின் தற்போது அங்கீகரிக்கப்பட்ட விதிகளைப் பற்றிக் கொஞ்சம் விவரிக்க விரும்புகிறேன்.

நவீன ஹைக்கூ அதன் புராதன ஜப்பானிய வடிவத்திலிருந்து ரொம்ப தூரம் வந்துவிட்டது. ஜப்பானிய வடிவில் பதினேழு சிலபிள்கள் (அசைச்சொற்கள்) இருக்க வேண்டும், பருவக்குறிப்பு இருக்க வேண்டும், உருவகம் தவிர்க்கப்பட வேண்டும், மிகக் குறைவாக இருக்கவேண்டும் என்றெல்லாம் பல விதிகள் உள்ளன. நவீன ஹைக்கூ இந்த விதிகளை மீறிவிட்டது என்று சொல்வதை விட, இவைகளைத் தன் செளகரியத்துக்கு அமைத்துக் கொண்டது என்றுதான் சொல்ல வேண்டும்.

நவீன ஹைக்கூ பெரும்பாலும் மூன்று வரிகளில் எழுதப்படு கிறது. 19 அசைகள் இல்லாவிட்டால் பரவாயில்லை. மூன்று வரிகள் சாதாரணமாக சிறிய - நீண்ட சிறிய அமைப்பில் இருந்தால் நல்லது.

இரங்கல் கூட்டத்தில்
இடைவிடாமல் ஒலிக்கிறது
செல்போன்!

என்ற முத்துக்குமாரின் ஹைக்கூ ஒரு நல்ல உதாரணம்.

ஒரு மூச்சில் படித்துவிடக் கூடியதை எழுத முற்படலாம். முதல் வரியின் இறுதியிலோ, இரண்டாவது வரியின் இறுதியிலோ ஒரு வெட்டு இருக்க வேண்டும். மூன்று வரிகளும் ஒரே பொருள் கொண்ட முழு வாக்கியமாக இருக்கக்கூடாது. அதாவது ஒரு வாக்கியத்தை மூன்றாக உடைத்துப்போட்டால் அது ஹைக்கூ அல்ல. இரண்டு படிமங்கள் வேண்டும். அவைகளுக்கிடையே உள்ள உறவு மூன்றாவதைப் படித்தால்தான் வெளிப்பட வேண்டும்.

உதாரணம்:

திருடன்
சன்னலில் விட்டுச் செல்கிறான்
நிலவொளியை!

நிகழ்காலத்தில் இங்கே இப்போது நடப்பதாக இருந்தால் நல்லது. நான், நீ என்கிற தன்மை, முன்னிலை, ஒருமை வார்த்தைகள் கூடாது. GERUNDS என்னும் வினைச் சொல்லை பெயர்ச்சொல்லாகப் பயன்படுத்துவதைத் தவிர்க்க வேண்டும்.

உதாரணம்: 'வருகை', 'செல்கை', 'அழுகை' போன்ற சொற்கள். அது போல், 'அந்த', 'இந்த'க்களையும் தவிர்க்கவும். வாக்கியத்தை முழுமையாக எழுவாய், பயனிலை, செயப்படுபொருள் என்று சம்பிரமமாக முடிக்க வேண்டும் என்று கட்டாயமில்லை. நினைத்தது வந்துவிட்டால் போதும். மேல் வார்த்தைகள் வேண்டாம். ஹைக்கூவை ZOOM LENS என்பார்கள். முதலில் தூரப்பார்வை, அதன் பின் மிட் ஷாட், அதன்பின் க்ளோசப்.

உதாரணம்:

கார் விபத்திலிருந்து
உதிர்ந்த உடலின் திறந்த
கண்களில் மழைநீர்.

கடைசி வரியில் ஒரு பன்ச் அதிர்ச்சி இருக்க வேண்டும். முதல் வரியே கவிதைக்குள் இழுக்க வேண்டும். கவர வேண்டும். சாதாரண விஷயங்கள், சாதாரண வார்த்தைகள், சாதாரண நடை. ஜென் (ZEN) படித்தால் நல்லது. வார்த்தைகளற்ற படிமங்களை அமைக்க உதவும். அல்லது ஏதாவது ஒரு தத்துவமோ, மதமோ தெரிந்திருத்தல் நல்லது. படிமங்கள் உண்மையானதாக,

கவிதாப்பூர்வமாக இருக்க வேண்டும். ஹைக்கூவில் இரண்டு விதமான அர்த்தங்கள் - குறைந்த பட்சம் இரண்டு அர்த்தங்கள் இருக்க வேண்டும். ஒன்று, நேரடியான, வெளிப்படையான, அன்றாட அர்த்தம். மற்றது, அதனுள் பொதிந்திருக்கும் தத்துவார்த்தம் அல்லது வாழ்க்கைக்குப் பயன்படும் பாடம்.

உதாரணமாக மேலே கொடுக்கப்பட்ட கார் விபத்தில் இருக்கும் நேரான அர்த்தம் எல்லாருக்கும் புரிகிறது. அப்போதுதான் ஒரு விபத்து நிகழ்ந்திருக்கிறது. ஓர் இறந்த உடல் வெளியே கிடக்கிறது. அதன் கண்கள் திறந்திருக்கிறது. மழை, திறந்த கண்களை நிரப்புகிறது.

இதனுள் பொதிந்திருக்கும் அர்த்தம்... பிறப்போ இறப்போ பற்றி இயற்கை கவலைப்படுவதில்லை. அது பாட்டுக்கு அது என்பதும், கண்கள் திறந்திருந்தாலும் அவன் பார்வை முடிந்து விட்டது என்பதும், மரணம் எந்தக் கணத்திலும் காத்திருக்கிறது, யாக்கை நிலையாமை, நாகரிகத்துக்குக் கொடுக்கும் விலை என்று பல படிமங்கள் தென்படுகின்றன.

தனிமை, ஒத்துக்கொள்ளப்பட்ட ஏழ்மை இவைகளை ஹைக்கூ வில் எழுதலாம். துல்லியமான அழகைக் காண்பிக்கும் படிமங் களைப் பயன்படுத்தலாம். (சன்னலில் நிலவொளி) யுத்தம், ரத்தம், செக்ஸ் போன்றவற்றைத் தவிர்க்க வேண்டும். இயற்கை யிலிருந்துதான் படிமங்களைத் தேர்ந்தெடுக்க வேண்டும்.

இயற்கையையும் மனிதனையும் கலக்கும்போது மனித உணர்ச்சிகளை இயற்கையின் ஓர் அங்கமாகக் குறிப்பிடலாம். முன்பு சொன்னது போல் நான் என்பதே கூடாது. அப்படிக் காட்டித்தான் ஆகவேண்டும் என்றால், கவிஞன் என்றோ, வயசானவன் என்றோ... சொல்லலாம். எதுகை கூடாது. மோனை பயன்படுத்தலாம். எப்போதும் ஒரு பெயர்ச்சொல்லில் முடிந்தால் நல்லது. வினையெச்சங்களை, வினை அடைகளைத் தவிர்க்கவும்.

பெயர்ச் சொற்களுக்கும் அதிகம் ஒட்டு வார்த்தைகள் தேவை யில்லை. 'அழகான சின்னப்பையன்' வேண்டாம். பையன் மட்டும் போதும்.

ஹைக்கூ ஒரு கவிதை. வாழ்த்து அட்டை அல்ல. உங்கள் மனத்துக்குத் தோன்றும் எல்லா ஹைக்கூக்களையும் எழுதி

வையுங்கள். அவை மோசமான இருந்தாலும் பரவாயில்லை. நல்ல ஹைக்கூவை உணர முடியும்.

எங்கே எழுதுங்கள் பார்க்கலாம்.

இதோ ஒரு சில புகழ் பெற்ற உதாரணங்கள்.

    மூதாட்டியின்
    வயசான கைகள் பிரம்பு பின்னும்
    சந்தம்.

    கிளினிக்
    நடைபாதையில்
    செத்த தேனீ
    கருவுக்குள் குழந்தை போல

இவையிரண்டும் உலக அளவில் ஹைக்கூ போட்டியில் பரிசு பெற்றவை.

    அம்மா இல்லாத குருவியே
    என்னுடன் வா
    விளையாட

    குளியல் தொட்டியிலிருந்து
    புதைக்கும் தொட்டி
    அபத்தம்!

    ஈயை அடிக்காதே
    கைகால்களை
    சுத்தம் செய்து கொண்டிருக்கிறது.

    குருவிக் குஞ்சே
    விலகு விலகு
    ராஜாவின் குதிரை வருகிறது.

இவை நான்கும் 1837ல் இறந்துபோன ஜப்பானிய இஸ்ஸாவின் ஹைக்கூக்கள்.

39

பள்ளியிலும், கல்லூரியிலும் ஆங்கில, தமிழ்க் கவிதைகளைப் பரீட்சைக்காகப் படித்தபோது அவைகளின் உண்மையான அழகை யாரும் எங்களுக்குச் சொல்லித் தரவில்லை. பள்ளி யிறுதியில் திருக்குறளில் 'அழுக்காறு' என்னும் அதிகாரம் இருந் தது. நினைவிருக்கிறது. பத்துக் குறளையும் அப்படியே நெட்டுரு போட்டுப் பொழிப்புரை தருவதற்கும், சீர், தளை பிரிப்பதற்கும் தான் கற்பிக்கப்பட்டோம். 'அழுக்காறு என் ஒருபாவி திருச் செற்று தீயுழி உய்த்துவிடும்'' என்ற குறளில் வலிமையை உணர வாழ்க்கையில் பல அழுக்காறு (பொறாமை)களை எதிர்கொள்ள வேண்டியிருக்கிறது.

திருக்குறளை ஓர் உயர்ந்த கவிதை நூலாகப் படிக்கும்போது அதன் உண்மையையும், சொல்லாட்சியையும் உணர்ந்து பிரமிப்படைய எனக்குப் பல ஆண்டுகள் ஆயின. அதே போல ஷேக்ஸ்பியரின் 'ஜூலியஸ் சீஸர்' நாடகம், ஹார்டியின் நாவல் 'மேயல் ஆஃப் காஸ்டர்ப்ரிட்ஜ்' எல்லாம் கடமைக்காகப் பாடபுத்தகமாகத்தான் படித்தேன். புறநானூறில் கபிலரின் பாடல்கள் பலவும் பாரி மகளிரின் அற்றைத்திங்களும் முற்றும் புரிய ஐயம்பெருமாள் கோனார் போன்ற நல்ல தமிழாசிரியர்கள் சொல்லிக்கொடுத்தும் மறுத்தன. பரீட்சைக் கட்டாயமில்லாமல் இலக்கிய மதிப்புக்காக மட்டும் படிக்கும் இப்போது அப்பாடல் களில் வெவ்வேறு இன்பங்கள் கிடைக்கின்றன. இதன் காரணம் சட்டென்று எனக்குத் தெளிவாகிறது. கவிதையை ரசிக்க சில ஆண்டுகளாவது வாழ்க்கை வாழ வேண்டும். ஒரு சாவையாவது

பார்க்க வேண்டும். ஒரு காதலாவது செய்திருக்க வேண்டும். ஓர் ஏமாற்றமாவது, ஒரு துரோகமாவது சந்தித்திருக்க வேண்டும். ஒரு ஆசுபத்திரியிலாவது படுத்திருந்து ஒரு முறையாவது மரணத்தின் அருகில் சென்றிருக்க வேண்டும். ஒரு பொய்யாவது சொல்லியிருக்க வேண்டும். ஒரு துரோகமாவது செய்திருக்க வேண்டும். அல்லது செய்யப்பட்டிருக்க வேண்டும். ஒரு முறையாவது தற்கொலையை யோசித்திருக்க வேண்டும். இயற்கையை ரசித்திருக்க வேண்டும்.

குறிப்பாக வில்லியம் வர்ட்ஸ்வொர்த்தின் My heart leaps up when I behold a rainbow in the sky என்னும் எளிய கவிதையில் The child is Father of the Man என்னும் ஒரு வரி, கல்லூரி நாட்களில் படித்தது...நேற்றுதான் புரிந்தது. (முதலில் இந்த வரியில் Capital lettersஐக் கவனிக்கவும்).

அந்தக் கவிதை இது.

> My heart leaps up when I behold
> A rainbow in the sky;
> So was it when my life began;
> So it is now I am a Man;
> Or let me die!
> The Child is Father of the Man;
> And I could with my days to be
> Bound each to each in natural piety.

இதை எளிதாக மொழிபெயர்த்தால்,

> வானில் வானவில்லைக் கண்டதும்
> என் உள்ளம் துள்ளிக் குதிக்கிறது
> நான் பிறந்த போதும் அப்படித்தான்
> இப்போதும் அப்படித்தான்
> வயசானதும் அப்படியே இருக்க வேண்டும்
> இல்லையேல் இறந்துவிடுவேன்
> குழந்தை மனிதனின் தந்தை
> என் எதிர்காலத்தில்
> ஒவ்வொரு தினத்தையும்
> இயற்கை ஆராதனையில் தொடுக்க விரும்புகிறேன்.

இதில் 'குழந்தை மனிதனின் தந்தை' என்பது சற்றுத் தப்பி விழுந்துவிட்ட வரிபோல் தோன்றினாலும், அப்படியில்லை. இதன் உள்ளர்த்தம் இதுதான். குழந்தை, மனிதனின் என்பவை குறியீடுகள். குழந்தைப் பருவத்தில் இயற்கையின் மேல் ஏற்படும் வியப்பு. ஒரு நல்ல மனிதனாவதற்கான முதிர்ச்சியை நமக்கு அளிக்கிறது என்பதே இதன் கருத்து.

★

பொதுவாகவே கர்நாடக சங்கீதத்தையும் 'பாப்' அல்லது 'ஜாஸ்' இசையையும் இணைக்கும் முயற்சிகள் இதுவரை திருப்திதராமல் தான், தனித்தனியே திட்டுத் திட்டாக ஒட்டவைத்தது போல இருந்திருக்கின்றன.

★

அண்மையில் ராஜேஷ் வைத்யா வீணை இசையில் கொடுத் திருக்கும் இரண்டு காஸட் சிடிக்கள் விதிவிலக்கு. பழைய எம்.கே. தியாகராஜ பாகவதர் பாடல்களை ஃப்யுஷன் வாத்தி யங்களுடன் வாசித்து பிரமிக்க வைத்திருக்கிறார். அதுபோல கர்நாடக இசையில் பிரபலமான வாதாபி கணபதியும், கான மூர்த்தே, ரகுவம்ச சுதா, நகமோமு போன்ற கிருதிகளை உறுத்தாமல், மிகமிக நவீனப்படுத்தி, மிக இனிமையாக வாசித்திருக்கிறார்.

40

சுஜாதாட்ஸ் என்ற தலைப்பில் இரண்டரை வருஷத்துக்கு முன் ஒரு மாலைப் பத்திரிகையில் சில கட்டுரைகள் எழுதினேன். அவைகள் புத்தக வடிவில் வரவில்லை. அந்த மாலைத்தாள் பொருளாதாரக் காரணங்களால் நின்றுபோயிற்று. அந்தக் கட்டுரைகள் சிலவற்றை மீண்டும் கொடுப்பதில் எனக்குத் தயக்க மில்லை.

★

எனது நண்பர் ராமநாதன் தன் மனைவி அகிலா (மாற்றப்பட்ட பெயர்கள்) விடமிருந்து பரஸ்பர சம்மதத்துடன் டிவோர்ஸ் வாங்கிவிட்டார். வயசு 40. முதலில் சுதந்திரமும், மீண்டும் பிரம்மசாரி வாழ்க்கையும் கிடைத்ததைக் கொண்டாட, தன் திருவான்மியூர் வீட்டில் பல சௌகரியங்கள் பண்ணிக்கொண்டு, மியூசிக் சிஸ்டம் அமைத்து, ராத்திரி நண்ப, நண்பிகளை அழைத்து, கலக்கலாக பார்ட்டி வைத்து, கிழக்கு வெளுக்கும் வரை குடித்து, பாடியாடி, சந்தோஷம் என்கிற வஸ்துவைத் தேடினார்.

இதெல்லாம் ஓரிரு மாதங்களுக்கு மேல் தாங்கவில்லை. நாற்பது வயசில் சில காரியங்கள் சிரமப்படும். தொப்பையையும், முதல் நரைகளையும் மறைத்து, என்னதான் வலுக்கட்டாயமாக மீசை வைத்துக் கொண்டு, கழுத்தில் சில்க் ஸ்கார்ப் கட்டினாலும், மாமாத்தனமான தோற்றத்தைத் தவிர்க்க முடியவில்லை.

மேலும் குழந்தைகளிடமிருந்து பிரிந்திருப்பது முதன் முதலில் அவரைத் தாக்க ஆரம்பித்தது. மனைவியோடு இருக்கும்வரை அவர் குழந்தைகளைக் கவனித்ததே இல்லை. அது அவள் டிப்பார்ட்மெண்ட்.

எப்போதாவது ஆபீசிலிருந்து திரும்பும்போது பார்க்கும்போது, 'எப்டி இருக்கேம்மா பாப்லு' என்று மகளையும், 'எப்டியிருக்க பாப்ஜி' என்று மகனையும் கன்னத்தில் லேசாகத் தட்டிக் கொடுத்து விசாரித்துவிட்டு, தன்பாட்டுக்கு ஜிம்கானா போய்விடு வார். மனைவி மீசில்சிலிருந்து ரிப்போர்ட் கார்டு வரை கவனித்து வந்தாள். (விவாகரத்துக்குக் காரணங்களில் இதுவும் ஒன்று.)

இப்போது பிரிந்து, கோர்ட், தீர்ப்பின் படி, 'தந்தை இரு குழந்தை களையும் வாரம் இருநாள் சந்திக்க உரிமை உள்ளது. அதற்குத் தாய் ஏற்பாடு செய்ய வேண்டும். தடுக்கக்கூடாது' என்று தீர்ப்பு சொன்னதிலிருந்து இருவருமே இந்த இரு தினங்களை ஆவலுடன் எதிர்பார்க்கிறார்கள். அகிலாவுக்கு ரெண்டு நாளா வது நிம்மதி. ராமநாதனுக்கு ரெண்டு நாள் சந்தோஷம்.

ஆம். சந்தோஷம்தான்.

வெள்ளிக்கிழமை காலையே அகிலா சமையல் மாமிக்கு போன் பண்ணி, 'குழந்தைகளை அழைத்துப் போவதாயிருந்தால் ஆறு மணிக்குள் வரச்சொல்லுங்க! நான் ஜெர்மன் கிளாஸ், கீதா க்ளாஸ் அல்லது ரெய்க்கி போகணும்' என்று சொல்வாள்.

அவரும் வாரம் தவறாமல் அழைத்து வந்துவிடுகிறார். புருஷன் பெண்சாதி சந்திப்பதே இல்லை. குழந்தைகளிடம் ஒருவர் பற்றி மற்றொருவர் விசாரிப்பது இல்லை. சமர்த்தான குழந்தைகள். அப்பா அம்மாவுக்குள் சரிப்பட்டு வரவில்லை. அந்த டாபிக்கே எடுக்கக்கூடாது என்கிற விவரம் தெரிந்தவர்கள். அதனால் கிடைத்த நேரத்தைப் பயன்படுத்தி சுவாரஸ்யமாகவே பொழுது போக்குவார்கள். (அதில் கொஞ்சம் அகிலாவின் யோசனை களும் உண்டு.)

ராமநாதன் அவர்களை ஐஸ்க்ரீம் பார்லர், டிஸ்ஸி வேர்ல்டு, விஜிபி, இண்டர்நெட் கபே என்று கேட்ட இடத்துக்கெல்லாம் தன் லான்சரில் அழைத்துச் செல்கிறார்.

அதனுடன் அப்பா ஸ்தானத்தில் குழந்தைகளை வளர்ப்பது பற்றி வாரம் இரண்டு நாளில் புதிய சில தந்திரங்களையும், திறமை களையும் கற்று வருகிறார். மகள் சாப்பிடப்படுத்துவாள். அவளை அப்படியே அவள் போக்கில் விட்டுவிடுவதா அல்லது நைச்சியம் பண்ணி கறிகாய் சாப்பிட வைப்பதா? மகனைக் குளிக்க வைக்க என்ன தந்திரம் செய்ய வேண்டும்? அவன் ஸ்னீக்கர் ஜோடியை ஒன்று வாசலிலும், மற்றொன்று சோபா அடிவாரத்திலும் இல்லாமல் ஒரே இடத்தில் கழற்றி வைக்கச் செய்வது எப்படி? மகளுக்குத் தலை பின்னுவது எப்படி? போன்ற எளிமையான சந்தோஷங்களையெல்லாம் கற்று வருகிறார்.

அவர்களிடமிருந்து பல பொது அறிவு விஷயங்கள் புதுசாகக் கற்றுக்கொள்கிறார். 'கடலை கொடுப்பது' என்பதற்கு என்ன அர்த்தம் என்று மகள்தான் சொன்னாள். பலூனுக்கு ஸ்பெல்லிங் கில் இரண்டு எல் இரண்டு ஓ இருக்கிறது என்று மகனிடமிருந்து தான் தெரிந்துகொண்டார். ('Ball.. பால்'லேருந்து வருதுப்பா.)

கிரிக்கெட்டில் 'ரிவர்ஸ் ஸ்விங்' எப்படிப் போடுவது என்பதும் அவர்களிடமிருந்தே. குழந்தைகளுடன் தனியாக இருக்கும் போது அவர்கள் சுவாரசியமானவர்கள் என்பதை முதலில் அறிந்துகொண்டார்.

ஒட்டப் பந்தயத்தில் பாப்லுக்கு ஈடுபாடு இருக்கிறது என்பதை யும், பாப்ஜிக்கு கீபோர்ட் இரண்டு கைகளிலும் பத்து விரல் வைத்து வாசிக்க வருகிறது என்பதையும் அறிந்து கொண்டார்.

படிப்பில் ரொம்பக் கெட்டிக்காரர்கள் என்று சொல்லா விட்டாலும் சுமாராகப் படித்து, ஆரோக்கியமான எண்ணங்கள் கொண்ட குழந்தைகள் - தம் நிலைமைக்காக அப்பா அம்மாவை வெறுக்கவில்லை என்பதையும் கண்டுகொண்டார். இதையெல் லாம் ராமநாதன் சொல்லித்தான் எனக்குத் தெரியும்.

நான் அவரைக் கேட்டேன், 'இப்படியே மெல்ல மெல்ல அகிலா வுடன் சமரசம் பண்ணிக்கொண்டு சேர்ந்து விடப் பாருங் களேன்.'

'அது மட்டும் வேண்டாம்' என்றார் உடனே.

'ஏன்?'

'காரணம் அவளுடன் சேர்ந்து வாழ்ந்த பத்து வருஷத்தைவிட நான் இந்தப் பத்து மாசத்தில் அதிக நேரம் என் குழந்தைகளுடன் இருந்திருக்கிறேன்' என்றார்.

அமெரிக்காவில் இந்த நிலைமை சாதாரணம். நமக்குக் கொஞ்சம் புதுசு.

41

ஒருமுறை மாக்முல்லர் பவனில் 'தமிழில் ஜெர்மானியர்கள் பங்கு' என்கிற சொற்பொழிவுத் தொடரின் கடைசி தினத்தன்று, டாக்டர் எஸ். மோகனவேலு 'தமிழ் இலக்கணத்தில் ஜெர்மானியர்கள் பங்கு' என்பதைப் பற்றியும், டாக்டர் தாமஸ் மால்ட்டன் 'ஜெர்மனி தேசத்தில் தமிழ் படிப்புகள்' என்பது பற்றியும் பேசினார்கள். ஸீகன்பால்கு, ரெய்னியஸ், கரஉல், பேத்தா போன்றவர்களின் பங்கைப்பற்றி திரு.மோகனவேலு விவரமாகக் கட்டுரை வாசித்தார். பதினெட்டாம் நூற்றாண்டின் ஆரம்பத்திலேயே தமிழைக் கற்று, அதன் இலக்கணத்தையும் எழுதப்போந்த அந்த ஜெர்மானியர்களின் முதல் குறிக்கோள் மத போதனை என்றாலும், அதையும் மீறிய தமிழார்வம் இவர்களுக்குத் தமிழ்நாட்டில் வந்து வாழ்ந்ததும் பற்றிக்கொண்டு விட்டது. (இல்லாவிட்டால் 'பேரகத்தியம்', 'பிரபுலிங்க லீலை' போன்ற சமாசாரங்கள் எல்லாம் ஜெர்மன் பாஷையில் மொழிபெயர்க்க வேண்டிய அவசியம் என்ன?) இந்தக் கருத்தை மோகனவேலு வலியுறுத்தினார். இவர்களுக்கெல்லாம் நம் தமிழர்கள் அய்யர் என்றும், சாஸ்திரி என்றும் மரியாதைப் பட்டம் கொடுத்தது பற்றி அவர் சொல்லவில்லை. மதபோதனைத் தேவைகளையும் மீறி அவர்கள் தமிழ் செய்வதில் சந்தேகமே இல்லை. அனைவரிடமும் தமிழ் கற்பதில் பொதுவாக இருந்த அம்சம் இதுதான். நல்ல தெரிந்த பண்டிதரிடம் தினம் எட்டு மணி நேரமாவது தமிழ் பயில்வது. அதைவிட அந்தப் பண்டிதருக்கு வேறு எந்த மொழியும் தெரிந்திருக்கக்கூடாது

என்பதில் அவர்கள் கவனமாக இருந்தார்கள். அவ்வாறு கற்றதால்தான் அவர்களால் நான்கைந்து ஆண்டுகளில் யாப்பிலக்கணத்தில் சிக்கல்கள் கூடப் புரியும் அளவுக்குத் தமிழ் பயில முடிந்திருக்கிறது.

தாமஸ் மால்ட்டன் கோலோன் பல்கலைக்கழகத்தின் இண்டாலஜி அண் டமில் ஸ்டடிஸ் பிரிவில் பணிபுரிபவர். இவரைத் தமிழ் கூறும் நல்லுலகம் நன்றாக அறியும். கோலோன் பல்கலைக்கழகத்தின் தமிழாராய்ச்சியை டெக்னாலஜி விதைகளைச் சேர்த்து அளிக்கிறார். சென்னை ஆசியவியல் நிறுவனத்துடனும் அமெரிக்க பர்க்லி பல்கலைக்கழகத்துடனும் ஒன்றி 'பொங்கல் 1000' என்கிற திட்டத்தில் தமிழின் அத்தனை இலக்கியங்களையும் கொண்டு ஒரு கார்ப்பஸ் டேட்டாபேஸ் உருவாக்குவதிலும் தமிழ் ஆங்கில அகராதி தயாரிப்பதிலும் மும்முரமாக இருக்கிறார். மால்ட்டன் நவீனத் தமிழ் இலக்கியத் தில் நல்ல பரிச்சயமுள்ளவர். அவருடைய டாக்டரேட், இரட்டைக் கிளவியல்! இருந்தும் மௌனி கதைகளையும் ராஜமையரையும் ஜெர்மனி மொழியில் மொழியில் பெயர்ப் பதிலும் சுமார் முப்பது மாணவர்களுக்குத் தமிழ் ஆராய்ச்சியில் வழிகாட்டுவதிலும் ஈடுபட்டிருக்கிறார்.

தமிழின் அத்தனை இலக்கியங்களையும் இண்டர்நெட் மூலம் ஒரு சில வெப்சைட்டுகளில் உள்ளிட்டு வைக்கும் பணி இப்போது தொடர்ந்து நடந்து கொண்டிருக்கிறது. இதில் முக்கியமான சிக்கல்கள் இந்த ஆண்டு கோலாலம்பூரில் நடைபெறும் டமில் நெட் 2001 கருத்தரங்க மாநாட்டில் தீர்த்துவைக்கப்படும் என எதிர்பார்க்கிறேன். தமிழுக்கான கணிப்பொறிக் குறியீடுகளும் ட்ரான்ஸிலிட்டரேஷன் முறைகளும் இன்னமும் சீர்படுத்தப் படவில்லை. மால்ட்டன் உள்ளிட்ட இலக்கியங்களை நெட்டில் பார்க்க அவருடை ஆஸ்க்கி கோடு முறை நமக்குத் தெரிந்திருக்க வேண்டும். பல வலைத்தளங்களை தமிழில் பார்க்க யுனிக்ஸ் சார்ந்த மென்பொருள் தேவையிருக்கிறது. இருந்தும் இந்த முயற்சிகள் எல்லாம் பாராட்டுக்குரிய முயற்சிகள். ஆரம்பத் தடுமாற்றங்கள் போதும்.

கோலோன், ஹைடல்பர்க், ஹாலே பல்கலைக் கழகங்களில் தமிழ் ஆராய்ச்சிகள் நடந்து கொண்டிருக்கின்றன. ஹாலேயில் பாதிரிமார்கள் கொண்டுவைத்த மிக அரிய தமிழ் இலக்கியங்கள் பழைய நூலகத்தில் உள்ளனவாம். கோலோன் பல்கலைக்

கழகத்தில் தமிழில் வரும் (விகடன், குமுதம், பேசும்படம் போல) எல்லா பத்திரிகைகளையும் வரவழைத்து, சேர்த்து வைத்திருக்கிறார்களாம். 'தமிழ்நாட்டில் அவை சுண்டல் பொட்டலங்களாகிவிடும் அபாயம் இருப்பதால் இருபது வருஷம் கழித்து, தமிழ் பேச்சு நடையுடை பாவனைகளைத் தெரிந்து கொள்ள ஆராய்ச்சிக் க ருவிகளாக அவை பயன்படும்' என்றார் மால்ட்டன்.

இதையெல்லாம் பார்க்கையில் தமிழ்நாட்டினரின் முயற்சிகளை யும் மீறி முன்னேற்ற நாடுகளில் தமிழ் செழிக்கப்போகிறது என்பது நிச்சயம்.

42

கலைச் சொல்லாக்கத்தைப் பற்றி நிறையப் பேசியும், எழுதியும் உள்ளோம். பழைய தமிழ்ச் சொற்களையே மீண்டும் கலைச் சொற்களாகப் பயன்படுத்தலாம் என்பது நான் அடிக்கடி வற்புறுத்திவரும் கருத்து. கோலாலம்பூரில் அண்மையில் நடை பெற்ற தமிழ் இணையம் 2001 மாநாட்டில் கணினிக் கலைச் சொல் லாக்கப் பணிக்குழு 250 கலைச்சொற்களைப் பட்டியலிட்டது. www.infitt.org என்னும் வலைத்தளத்தில் அவைகளைக் காணலாம். நாம் எல்லோரும் நல்லதோ, பழுதோ, பொருத்தமோ, இல்லையோ, இவைகளையே பயன்படுத்தத் தீர்மானிக்கலாம். நான் இனி அவ்வாறுதான் செய்யப்போகிறேன்.

மாநாட்டுக் கட்டுரைகளின் தொகுப்பில் கலைச்சொல்லாக்க விதிகளைப் பற்றி இரண்டு கட்டுரைகள் உள்ளன. விதியோ, இல்லையோ, கலைச்சொல் தேவைப்பட்டால் வந்துவிடும்.

உதாரணமாக, சீரங்கம் கோயிலின் 'கோயில் ஒழுகு' என்னும் ராமானுசர் காலத்திலிருந்தே பழகிவரும் நூலில் பல இனிய தமிழ்ச் சொற்கள் உள்ளன. அவைகளுடன் நாளடைவில் கோயிலின் அன்றாடத் தேவைக்காக ஏற்பட்ட சொற்கள் பலவற்றை, இந்தச் சிறிய சீரங்கம் கோயில் அகராதியில் தர விரும்புகிறேன்:

அகில் - கவசம்

அணை - படுக்கை

அரிவாணம் - தாம்பூலத் தட்டு

அருமாலி - அரிவாள்

அலங்காரம் - மேளதாளத்தோடு சாமான் வருதல்

அளவுக்காரன் - கொட்டாரத்தில் நெல் அளப்பவன்

அனுப்படி - கோயில் கணக்கில் முன்பக்கத்துத் தொகையை மறுபக்கத்தில் கூட்டி மொத்தம் காட்டுவது (இது வங்கிகளில் Carry overக்குப் பயன்படும்.)

ஆண்டாள் - பெருமாளை எழுந்தருளச் செய்கையில் வஸ்திரங் களை ஒன்று சேர்ப்பதற்காக உபயோகிக்கும் குண்டூசி. (இது ஒரு யுஃபெமிஸம்.)

ராமானுசன் - தீபாராதனைத்தட்டு

இரையாயிரம் கொண்டான் - கோட்டத்திலுள்ள நெல்களஞ்சியம்.

இளகல் உபயம் - பெருமாள் வெளியேறும்போது பல்லாக்குடன் கீழே இறங்கி பிரசாதம் எடுத்துக் கொள்வது.

உப்புச்சாறு - அமிர்தம்.

உபயம் - உபசாரம்

உருப்படி - ஒரு பணியாரம்

உலாப்பாட்டு - உலா வரும்போது பாடும் பாட்டு.

உள்சாத்து - உள்ளுடை

ஊழியம் - வேலை

ஏகாந்தம் - தனிமை

ஒற்றை வெளியாடை - சுவாமிக்கு வெயில் படாமல் பிடிக்கும் மறைவு.

ஒடாணி - கவசங்களை இணைக்கு ஆணி

கங்காணம் - காவல்வேலை

கட்டக் காணிக்கை - செலுத்த வேண்டிய தொகை.

கணை - குறுக்குத்தடி

குப்பாய் - சட்டை (குப்பாயம் என்பதன் திரிவு)

கரிசச்சோறு - காந்தின சோறு

காஞ்சி - சிறிய பாத்திரம்

கருகூலம் - கருவூலம்

கலயம் - மண் சொம்பு

கிள்ளாக்கு - வெற்றிலைக் காம்பைக் கிள்ளிக் கொடுப்பது.

கைலி - கட்டான் துணி

கொத்து - வேலை

சலவை - தூய வேஷ்டி

சிறப்பு - சீர்வரிசை

சுரசம் - குங்கும‌க் குழம்பு

சுருட்டி - சுருட்டி வைக்கப்பட்ட துணி

திருச்சுற்று - பிரகாரம்

தோளுகினியான் - கேடயம்.

நிலையங்கி - பாதம் வரை தொங்கும் சட்டை

பனிப்போர் - செய்த சாமானில் வேலைக்குக் கூலியாக ஒரு பாகம்.

பலகை மாதலம் - சமையல்காரருக்குக் கூலியாகப் பிரசாதத்தில் ஒரு பாகம்.

பிள்ளை மெத்தை - பட்டுக்கயிறு

பீக முத்திரை - பூட்டுக்கு முத்திரை வைப்பது

பொலியூட்டு - வட்டி வருமானத்தைக் கொண்டு நடக்கும்படி செய்த சாசுவதக் கைங்கர்யம்

போர்ப்படி - சந்தனம் கலந்ததற்குச் சந்தனமே கொடுப்பது

மல்லாரி நடை - வேகமாக வரும் நடை

வாரை - பல்லக்கு தூக்கப் பயன்படும் பெரிய மூங்கில்

விட்ட விழுக்காடு - கைங்கர்யம் செய்துவைத்த, ஏற்படுத்திவைத்த மூலபுருஷனுக்காக அவருடைய வீட்டுக்கு மேளத்தாளத்தோடு அனுப்பும் பிரசாதம்.

விண்ணப்பம் செய்வார் - பாட்டுப்பாடும் அரையர்.

நான் இந்தச் சொற்களைக் கொடுத்திருப்பது ஒரு உயிருள்ள நிர் வாகத்துக்குத் தேவையான சொற்களை அமைத்துக் கொள்ளும் முறையை விளக்குவதற்கே. கலைச்சொல்லாக்கத்துக்கு அவை

களுக்கான எளிய விதிகளை முதலில் அமைக்க வேண்டும் என்பதை வலியுறுத்துவதே.

இவைகளில் கிள்ளாக்கு என்கிற வார்த்தையின் சரித்திரம் சுவையானது. ஆகு என்றால் இலை, தெலுங்கு வார்த்தை கிள்ளின் ஆகு. அதிகாரி, வெற்றிலையைக் கிள்ளிக் காயப்படுத்திக் கொடுப்பார். அதைக் கட்டி கருவூலத்தில் தங்க சாமான் வாங்கி, பெருமாள் உற்சவத்துக்கு உபயோகித்து, திருப்பிக் கொடுப்பது ஸ்ரீரங்கம் கோயில் வழக்கம். 'உன் அதிகாரம் கிள்ளாக்குப் பறக்கிறதோ' என்று கேட்பதுண்டு. அதுபோல உப்புச்சாறு என்பதும் சுவாரசியமான வார்த்தை. கடல் பொதுவாக உப்பாகையால் பாற்கடலில் கிடைத்த அமுதத்தை உப்புச்சாறு என்று பரிகாசமாகச் சொல்கிறது. தேவர்கள் சாவாமைக்கு மருந்தாக அமிர்தம் தேடினார்களேயன்றி தெய்வத்தை அடைய அல்ல. அமுதம் கடைந்தெடுத்த சர்வேசுவரனைக் கொண்டு சத்கதி பெறுவதைவிட்டு, அவன் கொடுக்கும் அம்ருதமே வேண்டும் என்று விரும்பினார்கள். அதனால் உப்புச்சாறு குடித்த தேவர்கள் என்று வைணவர்கள் பரிகாசமாக எழுதுவார்கள்.

கோலாலம்பூர் இணைய மாநாடு TAB, TSCII இரண்டே இரண்டு குறியீடுகளை மட்டுமே புழங்குமாறு பரிந்துரைத்துள்ளது. எதற்கு இரண்டு என்று புரியவில்லை. தமிழர்கள் ஒத்த கருத்து கொள்ள இரண்டு ஆண்டுகளாவது ஆகும் என்பதைத் தான் இது அறிவிக்கிறது.

43

தமிழண்ணல் ஒருமுறை சும்மா என்கிற வார்த்தை பற்றிச் சுவையான குறிப்புகள் கொடுத்தார். சும்மா என்கிற வார்த்தை 'சும்முதல்', 'மூச்சு விடுதல்' என்பதிலிருந்து வந்திருக்கலாம் என்று சொன்னார். சும்மாது என்றால் மூச்சுவிடாது என்று பெரியாழ்வார் பாடலில் வருகிறது என்றும் குறிப்பிட்டார். பெரியாழ்வார் பாடலில் 'சும்மாது' என்று வரவில்லை. பாடல் இது. ஓர் அருமையான பாடல்.

'எம்மனா என் குலத்தெய்வமே என்னுடைய நாயகனே
நின்னுள்ளேனாய்ப் பெற்ற நன்மை இவ்வுலகில் யார் பெறுவார்?
நம்மன் போலே வீழ்த்தமுக்கும் நாட்டிலுள்ள பாவமெல்லாம்
சும்மெனாதே கைவிட்டோடி தூறுகள் பாய்ந்தனவே.'

இதில் 'சும்மெனாதே' என்பது மூச்சு விடாமல் என்கிற அர்த்தத்தில் வருகிறது. 'சும்மெனல்' என்பது 'மூச்சு விடுதல்'. குறிப்பு: அதன் எதிர்மறை சும்மெனாதே. 'சும்மாது' என்கிற பிரயோகம் 'சும்மாது சிரந்தூக்கி எதிராடாதிருந்தார்' என்ற திருவிளையாடற் புராணத்தில் முதலில் வருகிறது.

சும்மா என்கிற தனிப்பட்ட வார்த்தை சுகமாக என்பதிலிருந்து திரிந்ததாக இருக்கலாம் என்று அறிஞர்கள் நம்புகிறார்கள். (கன்னடத்தில் ஸும்மனே, மலையாளத்தில் ச்சும்மா) சும்மா என்பதன் எல்லாப் பொருள் விரிவுகளையும் சுகமாக என்பதிலிருந்து வந்ததாகக் கொண்டால்தான் சீரணிக்க முடிகிறது.

அருணகிரிநாதர் கந்தரலங்காரத்தில் 'சும்மாவிருக்கும் எல்லை யுட்செலல் எனை விட்டவா' என்கிற வரியில் முதன் முதலில் வருகிறது சும்மா.

ஒரு சொல்லுக்குத்தான் எத்தனை அர்த்தம்!

சும்மா என்றால் தொழிலின்றி,
உடம்பு சும்மா இருக்கிறான் என்றபோது
ஆரோக்கியமாக இருக்கிறான் என்றும்
அமைதியாக என்றும் அர்த்தம்.
கழுத்து சும்மா இருக்கிறது என்றால் வெறும் கழுத்து.
சும்மா போவானேன் என்றால் காரணமின்றி என்று பொருள்.
சும்மா சொன்னேன் என்றால் கருத்தின்றி என்று அர்த்தம்.
விளையாட்டுக்குச் சொன்னேன் என்று அர்த்தம்.
சும்மா கொடுப்பாயா என்று கேட்டால் இலவசமாக என்றும்,
சும்மா வரலாம் என்றால் தடையின்றி வரலாம்,
சும்மா வரான் என்றால் அடிக்கடி வருகிறான் என்றும்...
சும்மா சொல்லக்கூடாது, எத்தனை அர்த்தங்கள்!

'சும்மா பிச்சு உதறிட்டிங்க' என்கிறபோது அது எந்த சும்மா? அர்த்தமிலா வியப்பை மட்டும் காட்டும் சும்மாவா?

★

689 நல்ல கதைகள் படித்து அலசிய ஹெல்மட் பான்ஹைம் என்பவர் நல்ல சிறுகதை என்பதற்கு பன்னிரண்டு அடையாளங் கள் சொல்கிறார். அவை பின்வருமாறு:

1. என்ன சொல்லப்பட்டது என்பது எப்படி சொல்லப்பட்டது என்பதை விட முக்கியமாக இருக்கும்.

2. ஒரு சிறுகதையின் ஆரம்ப வாக்கியத்துக்குமுன் கதையின் தொண்ணூறு சதவிகிதம் நடந்து முடிந்திருக்கும். அதாவது சிறுகதை முடிவுக்கு மிக அருகில் ஆரம்பிக்கும் பெரிய கதை.

3. எல்லோருக்கும் எழுத வரும். ஆனால் அந்தக் காலகட்டத் திலும் சுமார் பத்து பேர்தான் நல்ல சிறுகதை எழுத் தாளர்கள்.

4. சிறுகதைக்கான விஷயம் இருப்பதைக் கண்டுபிடிக்கும் திறமை பிறவியில் ஏற்படுவது. அதை எந்தக் கல்லூரியிலும் புத்தகத்திலும் கற்க முடியாது.

5. எந்த நல்ல கதையிலும் எழுதியவரின் நினைவாற்றலின் நுட்பம் இருந்தே தீரும்.

6. உலகத்தில் எழுதப்பட்ட மொத்தக் கதைகளில் 85 விழுக்காடு பார்த்த, கேட்ட, உணர்ந்த, படித்த அனுபவத்தைச் சார்ந்ததாகி இருக்கிறது. இது ஒரு புள்ளிவிவரம்.

7. எனவே, நல்ல சிறுகதை எழுத்தாளனுக்குக் கண், காது, மூக்கு சரியாக இருக்கும்.

8. சிறுகதைக்கான விஷயம் தேர்ந்தெடுப்பதில் இரக்கமோ நாசூக்கோ மரியாதையோ இருக்காது. அதற்குக் காப்பியடிப்பதைத் தவிர மற்ற எந்தவிதமான பாவச்செயலும் செல்லுபடி யாகும்.

9. நல்ல சிறுகதை எழுத்தாளர்கள் நிறையப் படித்திருக்கி றார்கள்.

10. உலகில் ஒவ்வொருவரிடமும் தவறாமல் ஒரு நல்ல சிறுகதை இருக்கிறது.

11. கதைக் கருத்து என்று புதுசாக ஏதும் இல்லை. எல்லாக் கதைக ளும் சொல்லப்பட்டுவிட்டன. புதிய இடங்களில், புதிய காலங்களில், புதிய வடிவமைப்புகளில் பழைய கதைகளைத் தான் சொல்கிறோம்.

12. கதைக்காக ஒரு 'இன்ஸ்பிரேஷன்' ஒரு கற்பனைக்கன்னி வந்து பால் புகட்ட வேண்டும் என்ற ஒரு கதாசிரியர் காத்திருந்தால், பட்டினியால் செத்துப் போவார். எல்லாக் கதைகளும் கொஞ்சம் அவசரமும், கொஞ்சம் உணர்ச்சி ஊற்றும் கலந்து எழுதப்பட்டவை.

எனக்குப் பிடித்தமான சில பொன்மொழிகள் இவை:

பெரும்பாலான கதைகள் ஒரு பேசப்பட்ட வாக்கியத்தில் முடிகின்றன.

வாழ்க்கையின் அபத்தத்தைச் சுட்டிக்காட்டி ஒரு கேள்விக் குறியில் முடிகின்றன.

ஃப்ராங்க் ஓ கானர், 'சிறுகதை, சமூகத்தின் விளிம்பில் இருக்கும் மனிதர்களின் தனிமையைப் பற்றியது' என்றார்.

சிறுகதை ஒரு தனிப்பட்ட சுருக்கமான அனுபவத்தைப் பேசுகிறது.

அன்றாட அலுப்பு வாழ்க்கையில் உயிரின் புதிர் சட்டென்று புரியும் கணம் ஒன்றை அது சொல்லும். அந்தக் கணத்தை ரெவலேஷன் அல்லது வெளிப்பாடு அல்லது epiphany என்கிறார்கள். அவதாரம், அற்புதத் தோற்றம் என்று பலதும் சொல்கிறார்கள். இது zen தத்துவத்திலும் உண்டு. satori என்பார்கள்.

'எப்போது கதை எழுதினாலும் சந்திரனை எட்டிப் பிடிக்க முயற்சி செய்கிறார்கள். அப்போதுதான் ஒரு தெருவிளக்காவது; அல்பம் ஒரு மெழுகுவர்த்தியாவது கிடைக்கிறது.'

ராபர்ட் பென் வாரன் சொன்னது:

'The Image that fiction presents is purged of the distractions, confessions and accidents of ordinary life.'

44

நியூயார்க், வாஷிங்டன் நகரங்களின் மேல் செவ்வாய்க்கிழமை நடந்த தாக்குதல் உலகத்தையே அதிர்ச்சிக்குள்ளாக்கியது. இந்தக் கோழைத்தனமான யுத்தத்தை அமெரிக்கர்கள் தங்கள் அத்தனை ஆயுதங்களையும் வைத்துக்கொண்டு எப்படி என்ன செய்யப் போகிறார்கள் என்று உலகமே நகத்தைக் கடித்துக்கொண்டு காத்திருக்கிறது. மற்றொரு பேர்ல் ஹார்பர் போல, கோபம் கொண்டு ஒரு அணுகுண்டை வீசப்போகிறார்களா? யார் மேல் வீசுவது? அல்லது திட்டமிட்டுத் துப்புத் துலக்கி யார் செய்தார்கள் என்று கண்டுபிடித்து அவர்களை வரவழைத்துத் தண்டனை கொடுத்து, தன் நிஜ நண்பர்களின் பட்டியலைத் திருத்தப் போகிறார்களா? அடுத்த மாதம் சரித்திரம் புரளப் போகிறது.

சசிகிரணும், சௌம்யாவும், மோகன பராசரனும் நடத்தும் Carnatica.com வலைத்தளத்தின் முதல் ஆண்டு விழாவில் கலந்து கொண்டு தேவகாந்தாரி ராகத்தில் விசேஷங்களை மைலாப்பூர் இங்கிலீஷில் விளக்கும் 'சிடி'யை பெற்றுக்கொண்டேன். சென்ற வருடம் இவர்கள் வெளியிட்ட கர்நாடக சங்கீத அறிமுக 'சிடிராம்' வெளியீட்டு விழாவிலும் கலந்து கொண்டு பேசினேன். இந்த சிடியைப் பற்றி முன்பே குறிப்பிட்டிருக்கிறேன். கர்நாடக சங்கீதம் பற்றிய அத்தனை சங்கதிகளையும் அறிந்து கொள்ள மிகத் திறமையாகத் தயாரிக்கப்பட்ட மல்ட்டி மீடியா பல் ஊடக அடர் தகடு இது. இதில் ராகம் கேட்கலாம், கற்கலாம். பழம்பெரும் வித்வான்களின் கச்சேரிகளின் பகுதிகளை

ரசிக்கலாம். சங்கீதத்தின் டெக்னிக்கல் விஷயங்களை அறிந்து கொள்ளலாம். அதை ரசிக்கத் தேவை ஒரு பெண்டியம் கம்ப் யூட்டரும், விண்டோஸ் மென்பொருளும். பழைமையும் புதுமை யும் கல்யாணம் பண்ணிக்கொண்ட ஒரு சிடி இது. அந்த விழாவில் ஒரு மேடையில் இளம் சசிகிரணும், சௌம்யாவும், தொண்ணூறைக் கடந்த செம்மங்குடி மாமாவும் வீற்றிருந்தது பொருத்தமே.

அவரருகில் நான் உட்கார்ந்து அவரைத் தொட்டுப் பார்த்துக் கொஞ்ச நேரம் அவருடன் பேசிக்கொண்டிருந்தது என் வாழ்வில் ஏற்பட்ட பாக்கியங்களில் ஒன்று. கல்லூரி நாள்களில் இவர் கச்சேரியை நாடி மைல் கணக்கில் நடந்து சென்று மணிக் கணக்கில் ஆழ்ந்திருக்கிறேன். செம்மங்குடி - இந்த வயசிலும் காதுதான் கொஞ்சம் கேட்கவில்லையே தவிர, கண் பார்வை கூர்மையாக இருந்தது, அதைவிட மனப்பார்வை. அவருடைய சில கருத்துக்கள் செறிவானவை. 'காஸட் கேட்டு பாட்டுக் கத்துக்கறா. நான் வேணாம்ங்கலை. ஆனா காஸட்டை பாத்ரூம்ல எடுத்துண்டு போயி போட்டுக் கேக்கறா, சங்கீதத்துக்கு உண்டான புனிதம் போய்டுத்து. அப்புறம் காஸட் கேட்டு கத்துக்கறதுங் கறது நெட்டுரு பண்ணி ஒப்பிக்கறாப்பல, காஸட்ல இருக்கிற சங்கதிகளை அப்படியே திறமையா திருப்பி பாடறதில கற்பனைக்கு எங்க இடம்?

'அதுக்கு முறைப்படி குரு வேணும்.'

'சதாசிவம் போனதும் எனக்கு போது போறதே கஷ்டமா இருக்கு. சீட்டாடறதுக்கு ஆள் இல்லை.'

'உங்க பாட்டு டேப் போட்டுக் கேளுங்களேன்.'

'அது எனக்குப் பிடிக்காது. சாப்டுட்டு துப்பினதை திருப்பி சாப்பிடறாப்லதான்' என்றார். பிரமிக்க வைக்கும் ஒரு படிமம்.

'மூட்டெல்லாம் காத்து அடிச்சா வலிக்கறது. அதுக்கு ஏதாவது மருந்து உண்டா?' என்றார்.

'அதான் கார்ட்டிஸோன் எல்லாம் நிறைய வந்திருக்கே மாமா.'

'எல்லாரும் கேக்கறா. உங்க பிள்ளைகள் எல்லாம் ஏன் சங்கீதத் தில் இல்லைன்னு? எனக்கு இஷ்டமில்லை. ஏன்னா சங்கீத

வித்வான்களுடைய கெட்ட விஷயங்களையும் நான் நிறைய பாத்துட்டேன். எனக்கு தெரிஞ்ச பெரிய வித்வான்கள் எல்லாம் அறுபதை தாண்டினதில்லை. எல்லாத்துக்கும் பழக்கம்தான் காரணம். முசிறி சுப்ரமணிய ஐயர் சொன்னார், இந்த பழக்கங்கள்ல மட்டும் மாட்டிக்காதேன்னு! அதைக் கடைப்பிடிச்சேன். இப்ப நான் ஒருத்தன்தான் அந்த சகாப்தத்துக்குப் பாலமா, இணைப்பா மிஞ்சி இருக்கேன்.'

'ஒரு சுய சரித்திரம் மாதிரி எழுதிருங்களேன்.'

'எழுதணும்.' என்றார்.

புறப்படுமுன், 'நீங்க எழுதற விஞ்ஞான விஷயங்களையெல்லாம் படிச்சுண்டு வரேன். சுவாரசியமா இருக்கு.' என்றார்.

45

சில நாட்களுக்கு முன் பாண்டிச்சேரி பட்ஜெட்டில் வேலை இல்லாத இளைஞர்களுக்கு எந்தவித உதவியும் கிடைக்கவில்லை என்று அவர்கள் ஒரு நூதனமான மறியல் செய்தார்கள். அத்தனை இளைஞர்களும் நெற்றியில் நாமம் போட்டுக் கொண்டு விநோதமாக ஏதோ ஒரு கட்டடத்தின் முன் உட்கார்ந்திருந்தார்கள்.

இந்த நாமம் போடுவது, பட்டை நாமம் தீட்டுவது என்பதெல்லாம் கேலிக்குப் பயன்படும் விஷயமாகிவிட்டது வருந்தற்குரியதே! வைணவர்களுக்குப் புனிதமான குறியீடு அது. விஷ்ணுவின் திருப்பாதங்கள், சங்கு, சக்கரம்... இவைகளின் சின்னமாகக் கருதப்படுகிறது. நான் ஒரு வைணவன் என்று உலகுக்கு அறிவிக்கும் முறையாகவும் திருநாமம் பயன்படுகிறது. இதைக் கேலி செய்யும் துணுக்குகளையும், ஜோக்குகளையும் வெளியிடாதீர்கள் என்று தமிழ்ப் பத்திரிகைகளின் ஆசிரியர்களுக்கு புத்தூர் சுவாமி திரு கிருஷ்ணசாமி ஐயங்கார் பலமுறை எழுதி அவர்கள் பிரசுரிக்காமல் தன் பத்திரிகையான ஸ்ரீவைஷ்ணவ ஸுதர்சனத்தில் அதைக் குறிப்பிட்டிருக்கிறார்.

'முஸ்லிம்களின் பிறையையோ, கிறித்தவர்களின் சிலுவையையோ, சைவர்களின் குறுக்குப் பட்டையையோ இவ்வாறு இழிவுபடுத்தத் துணியமாட்டார்கள். ஊருக்கு இளைத்தவர்களான வைணவர்களின் நாமத்தை எவ்வளவு இழிவுபடுத்தினாலும் பத்திரிகைகளின் விற்பனை பாதிக்காது. ஹாஸ்ய

உணர்ச்சிக்கு இரைபோடுகையில் பத்திரிகை விற்பனையும் அதிகரிக்கும். எனவே 111 போன்ற தெருப் பொறுக்கிகளுக்கான பாஷையைப் பயன்படுத்தும் கடிதங்களுக்குத்தான் பத்திரிகைகள் இடமளிக்குமே தவிர, பண்புடன் மறுத்து எழுதும் வைணவர்களின் கடிதங்களுக்கு இடமளிக்காது.' என்று காட்டமாக எழுதியிருக்கிறார்.

இது யோசிக்க வேண்டிய விஷயம். கீதை போன்ற விஷயங்களைக் கிண்டல் செய்து என்ன வேண்டுமானாலும் எழுதுகிறார்கள். (இவ்வாறு எழுதுபவர்கள் பெரும்பாலும் இந்துக்களே) கமலஹாசனின் 'காதலா காதலா'வில் முருகப் பெருமானைக் கிண்டல் செய்து பல காட்சிகள் உள்ளன. அதை ஒருவரும் பொருட்படுத்தியதாகத் தெரியவில்லை. பம்மல் சம்பந்தத்திலும் சிவபெருமானை parody செய்கிறார். அங்கங்கே பேசிக்கொள்ளும் போது நண்பர்கள் மனம் புண்படுவதைக் குறிப்பிட்டதோடு சரி. ஆனால் சிறுபான்மை மதக்காரர்களின் சின்னங்களையும், கடவுள்களையும் (இதில் அம்பேத்கரின் சிலையும் சமீபத்தில் சேர்த்தி) ஏதேனும் சொல்லிவிட்டால் ரத்த ஆறு ஓடுகிறது. பஸ்கள் எரிக்கப்படுகின்றன. சாலை மறியல்கள் நடக்கின்றன. இந்த விளைவின் சமூக இயல் தாக்கங்களை நோக்குவது சுவாரஸ்யமானதே!

நாட்டில் பொதுவான அவல நிலையாலும், சிறுபான்மை ஸ்திதியாலும் அரசிடமிருந்து சலுகைகளை எப்படியாவது பறித்துத் தக்கவைக்கும் நோக்கமுள்ளவர்கள் எல்லாரும் இவ்வாறு ஏதாவது ஒரு விஷயத்துக்காகக் கோபித்து மறியல் செய்யத் தயாராக இருக்கிறார்கள். அதற்குக் காரணம் அவர்களுடைய அபத்திரமான சமூக நிலைமைதான். உங்களுக்கு ஆச்சரியமாக இருக்கும். 'ஏழ்மைக் கோட்டின் கீழ் நீங்கள் இல்லை' என்று மைய அரசு, மாநில அரசுக்குப் புள்ளிவிவரம் தந்தால், அதை எதிர்த்து மறியல்கள் நடக்கின்றன. காரணம் பி.டி.எஸ். போன்ற திட்டங்களில் மாநில அரசின் பங்கு பாதிக்கப்படும்.

வைணவர்கள் போன்ற கோபிக்காத ஜன்மங்கள் தங்களுக்கு ஏற்படும் அவமானங்களைக் கண்டு கொதிக்காமல் 'துஷ்டனைக் கண்டால் தூர விலகு' என்கிற அடிப்படையில் வேற்று மாநிலங்களுக்கோ, தேசங்களுக்கோ போய், அங்கே இவ்வாறான அவமானங்கள் இல்லாமல் வாழப் பழகிவிட்டார்கள்.

கோபப்பட அவர்களுக்குத் தைரியமும் இல்லை; நேரமும் இல்லை; ஏழ்மையும் இல்லை. இதுதான் யதார்த்தமான உண்மை. ஆனால் இந்த நிலை அதிக நாள் நீடிக்காது. பி.ஜே.பி அரசு வந்ததும் ஒரு ஹிந்து பாக்லாஷ் (backlash) ஏற்பட்டது. அதன் தீவிரமான பின் விளைவு தூங்கும் சிங்கம் போல. அது என்றாவது ஒருநாள் தன் சோம்பேறித் தூக்கத்திலிருந்து எழுந்து பிராண்டத் தொடங்கிவிடும். அந்த நாளை இந்த தேசம் தாங்க முடியாது.

இதற்கு ஒரே பரிகாரம், நம் ஏழ்மையை நீக்குவதுதான். எல்லாருக்கும் வேலை இருந்து, பணம் பண்ணுவதில் கவனமாக இருந்து விட்டால் கோபித்துக்கொண்டு மறியல் செய்ய நேரமிருக்காது.

46

ஒரு வாரப் பத்திரிகையிலிருந்து நண்பர், 'அடுத்த பத்து வருஷத்தில் கணிப்பொறி இயலில் என்ன, என்ன மாற்றங்கள் ஏற்படும்?' என்று என்னைக் கேட்டார். அவருக்கு 'அடுத்த பத்து வருஷம் என்ன, ஐந்து வருஷத்தைக் கூட எதிர்நோக்கிச் சொல்ல முடியாது' என்பதை விஸ்தாரமாக விளக்கிச் சொன்னேன். அதை அவர் எப்படி எழுதப்போகிறாரோ தெரியவில்லை.

Intel முன்னாள் அதிபரான Andy Grove, 'Strategic Inflexion points' என்கிற சங்கதி சொல்கிறார். திடீர் என்று டெக்னாலஜியில் எதிர்பாராத விதமான ஒரு மாற்றம் ஏற்படும். அதை 10 X மாறுதல் என்கிறார்.

மைக்ரோ ப்ராஸஸரின் வரவு அப்படி ஒன்று. இதேபோல் விண்டோஸ் என்னும் மென்பொருள் வரவு மாக்கிண்டாஷ் கணிப்பொறி மூலம் வந்தது. அதேபோல் இண்டர்நெட், இவையெல்லாம் திசைதிருப்பும் மாற்றங்கள். அவைகளை எளிதில் ஊகிக்க முடியாது. இண்டர்நெட் எழுபதுகளிலிருந்து இருந்து வந்திருக்கிறது. அண்மையில்தான் அதற்குத் திடீர் என்று வேகம் பிடித்தது. 'அண்டிக்ரோவ்'வின் புரட்சி, மாற்றத்துக்குத் தகுதி பெற்றது.

அதனால்தான் எதிர்காலத்தைப் பற்றிக் கணிப்பொறி இயலில் அறிந்துகொள்ள வருடா வருடம் மேல்நாடுகளில் நடைபெறும் மாநாடுகளில் கலந்துகொள்ளவேண்டும். கலந்துகொண்டாலும்

அங்கே பார்க்கும் விஷயங்கள் எல்லாம் தலை சுற்றும். அதில் எது தாற்காலிகமானது?, எது எதிர்காலத்தன்மை கொண்டது? என்று கண்டுபிடிப்பதில்தான் சாகசம் இருக்கிறது. சரியாகக் கணித்தவர்கள் வெல்கிறார்கள், மைக்ரோசாஃப்டின் பில்கேட்ஸ் போன்றவர்கள்.

இந்த எச்சரிக்கையுடன் எதிர்காலத்து மோட்டார் கார் எப்படி இருக்கும் என்று பார்க்கலாம். காருக்குள்ளேயே தன்னைத்தானே பரிசோதித்துப் பார்த்துக் கொள்ளும் டயாக்னாஸ்டிக்ஸ் இருக்கும். அதிலிருந்து ஜி.பி.எஸ். என்னும் செயற்கைக்கோள் வழியாக ஆட்டோமொபைல் அசோசியேஷன்காரர்களுக்குச் செய்தி போய், காரில் ஏதாவது கோளாறு வரப்போகிறது என்றால் டிரைவருக்கு முன்பே எச்சரிக்கை கொடுத்து விடுவார்களாம். விஷயம் சீரியஸ் என்றால் உதவிக்கான காரையும் அனுப்பி விடுவார்களாம்.

டிரைவர் மானிட்டர் சிஸ்டம் என்பது, 'நீர் எத்தனை தடவை ஸ்டியரிங்கை திருப்புகிறீர்.. அடிக்கடி திருப்புகிறீர்களா... நீங்கள் களைப்பாக இருக்கிறீர்களா... என்று கண்டுபிடித்து, இளைப் பாறி, களைப்பாறச் சொல்லுமாம். உங்கள் காருக்கென்று உங்களிடம் ஒரு 'ஸ்மார்ட் கார்டு' கொடுப்பார்கள். அதனால்தான் காரைத் திறக்க முடியும். இன்ஜினைக் கிளப்பி, சீட்டை உங்கள் பழக்கத்துக்கு ஏற்ப 'ஜம்' என்று சீர் செய்யும். எதிர்காலத்தில் கார்கள் ஆல்கஹாலில் ஓடலாம் என்கிறார்கள். எரிவாயு கேஸ்கூடப் பயன்படுத்தலாம். ஹைட்ரஜன் கார்களும் வரலாம். பெட்ரோல் தீர்ந்து போய்விடும்.

குறுக்கே போகும் பாதசாரிகள், மாடுகள், கார்கள் இவைகளை யெல்லாம் கார்கள் தானாகவே கண்டுபிடித்து ப்ரேக் போடும். மழை வந்தால் தானாகவே வைப்பர் வேலைசெய்யும். பார்க் செய்வதற்குக் கஷ்டப்படவேண்டியதில்லை. காரைவிட்டு இறங்கியதும் கார் தானாகவே தன்னை பார்க் செய்து கொள்ளும். எதிர்கால கார்கள் லேசாக இருக்கும். கொஞ்சம் பலமாக ஊதினால் நகரலாம். அதெல்லாம் கி.பி. 2005க்குள் வரும் என்கிறார்கள்.

நீங்களும் இருக்கப்போகிறீர்கள், நானும் இருப்பேன். பார்க்க லாம். விமானப் பயணம் ஆட்டம் கண்டுவிட்ட நிலையில், இந்த முன்னேற்றங்கள் விரைவில் வந்துவிடும்.

47

அண்மையில் அமெரிக்கா நம் மேல் இருந்த தடைகளை நீக்கிவிட்டார்கள். இனிமேல் எது வேண்டுமானாலும் நாம் அமெரிக்காவிடமிருந்து வாங்கிக் கொள்ளலாம். க்ரேயோஜனிக் என்ஜின், மிலிட்டரி தளவாடங்கள், ஏன் துணி சோப்புகூட. யுத்தத் தளவாடங்களுக்கு நமக்கு முதலில் விதிக்கப்பட்ட தடை, நாம் போக்ரானில் வெடித்த அணுகுண்டு பரிசோதனையால். அதைப் பார்த்த மறுகணமே பாகிஸ்தானும் வெடிக்க, இரண்டு பேருக்கும் தளவாடத் தடை. அணுகுண்டு பரிசோதனை பற்றி ஆயிரக்கணக்கான வார்த்தைகள் படித்துவிட்டோம்.

முதலில் நாம் வெடித்தபோது, இந்தியத் துணைக் கண்டமே பெருமிதம் கொண்டு உலகக் கோப்பையில் ஜெயித்தது போல தெருவெல்லாம் பட்டாசு வெடித்தார்கள். உடனே பாகிஸ் தான் வெடித்ததும், ஒரு கால் நாம் வெடித்திருக்க வேண் டாமோ என்று சிலருக்குத் தோன்றியது. வெடித்ததால் நாம் என்ன சாதித்தோம்?

அணுகுண்டு தயாரிப்பில் ஒரு உண்மையான முரண்பாடு உள்ளது. அதைப் பிரயோகிக்காமல் இருப்பதற்காக அது தயாரிக்கப்படுகிறது. ஏன் அதை முதலில் தயாரிக்க வேண்டும் என்பது ஒரு கெடிகார மூளைக்குக்கூட எழும் கேள்வி! 'அவளைத் தொடுவானேன் கவலைப் படுவானேன்' என்று நாட்டுப்புறக் கவிஞன் சொல்வது போல் எதற்காக அணுமங்கையிடம் வம்பு பண்ண வேண்டும்? தயாரிக்காமலேயே இருந்துவிடலாமே?

ஜெர்மனி வெடிக்கவில்லை. ஜப்பான் வெடிக்கவில்லை. இஸ்ரேல் கூட வெடிக்கவில்லை. இஸ்ரேலுக்கு இல்லாத நெருக் கடியா? (இஸ்ரேல், தென் ஆப்பிரிக்காவில் ஒன்று பரிசோதித்த தாக அனலிஸ்ட்டுகள் சொல்கிறார்கள்) இருந்தும் நம் இந்திய தேசத்துக்கு அணுகுண்டு வெடி பரிசோதனை இந்த 'தன் தடவல்' (ego massage) தேவைதானா என்று ஆரம்ப உற்சாகங்கள் அடங்கியதும் பலர் கேட்கத் தொடங்கியுள்ளார்கள்.

இதனால் நமக்கு வரும் அன்னியச் செலாவணி, உலக வங்கிக் கடன்கள், நன்கொடைகள் எல்லாம் வறண்டு விடும் என்று சொன்னார்கள். ரூபாயின் மதிப்பு சரியும் என்றார்கள். நம்மேல் முன்னேற்ற நாடுகள் எடுத்த நடவடிக்கைகள் நம்மை அவ்வளவு தூரம் பாதிக்கவில்லைதான். காரணம் இந்தியாவில் அவர்கள் விற்க வேண்டிய குப்பைகள் ஏராளம். அவர்கள் கோகோ கோலாவை நாம் குடித்தே தீரவேண்டும். ரீபாக் ஷூக்களை அணிந்தே உலவவேண்டும். அவர்களின் ரிஃப்ரிஜிரேட்டர்களை திறந்தே மூடவேண்டும். அவர்கள் கார்களை நம் புழுதி படிந்த சாலைகளில் ஓட்டியாக வேண்டும். அவர்கள் ஐஸ்க்ரீம், நகப் பாலீஷ், கலர்கலராகக் காட்டும் டெலிவிஷன்களை நாம் வாங்கி யாக வேண்டும். உதட்டுச்சாயம், உள்ளாடைகள், சோப்பு, பற்பசை, சூயிங்கம், கோந்து ... அண்மையில் அவர்கள் மேசை நாற்காலிகளைக்கூட இங்கே தயாரித்து விற்க ஒரு தொழிற்சாலை சென்னை அருகே திறக்கப்பட்டது. இதையெல்லாம் அவர்கள் நம் நாட்டில் விற்று விற்று ஒருவாறு அலுத்துவிட்டார்கள்.

இந்தியாவின் மிடில் கிளாஸ் மேற்கத்திய நாகரிகத்தை ஏற்றுக் கொள்ளத் தயாராக இருக்கிறது. ஒரு பெரிய, மிகப்பெரிய சந்தை என்று அவர்கள் இப்போது கண்டுபிடித்திருக்கிற நிலையில், இந்தமாதிரி அணு வெடித்தால் கட்டுப்பாடுகளை அவர்கள் 'உவ்வாகட்டி'க்குத்தான் செய்தார்கள். அதனால் நம் பொருளா தாரம் கவிழ்ந்து விடவில்லை. அணுகுண்டு வெடிக்க நமக்கு உரிமை இருக்கிறது என்பதுதான் பி.ஜே.பி.யின் வாதம். உரிமை என்று சொல்வதைவிட வெடிக்காதே என்று அவர்கள் சொல் வதில் நியாயமில்லை என்பதுதான் சரி.

என்ன பெரிசாக, முக்கியமாக நிரூபித்தோம் என்றால் பாகிஸ் தான் அதுநாள் வரை 'இல்லை, இல்லை' என்று சொன்னது பொய் என்பதே! அதை நிரூபிக்க நாம் ஒருமுறை வெடிபோட்ட உடனே அவர்கள் வெடித்துவிட்டார்கள். இந்தியாவுக்கும்

பாகிஸ்தானுக்கும் சண்டை மூண்டால் அதன் முதல் காரணம் காஷ்மீராகத்தான் இருக்கும். இருவரும் யார் முதலில் என்கிற பேச்சில்லாமல் அணு ஆயுதத்தைப் பயன்படுத்த ஆரம்பித்தால் பாகிஸ்தானால் அதிக சேதம் ஏற்படும். புத்தி வந்து போர் நிறுத்தம் செய்வதற்குள் சுமார் நாற்பதாயிரம் பேர் சாகலாம். இந்தியாவில்? முப்பத்தொன்பதாயிரம்! நமக்குத்தான் ஜெயம்.

48

சுவாரசியமான இரு புத்தகங்கள் - Imponderables என்கிற வரிசையில் டேவிடு ஃபெல்டுமான் என்பவரின் 'ஆஸ்பரின் எப்படி தலைவலியைக் கண்டுபிடிக்கிறது?'' என்கிற தலைப்பிட்ட புத்தகமும் ஸ்டீபன் ஜே கோல்டு எழுதிய 'The Mismeasure of man' என்னும் புத்தகமும்.

வாழ்க்கையில் நமக்குச் சிலவேளை வினோதமான சந்தேகங்கள் எழும். அவைகளையெல்லாம் யாரிடம் கேட்டுத் தீர்ப்பது என்று கூடத் தெரியாது. உதாரணமாக, தினம் எனக்குக் காலை வேளையில் தொப்புளில் கொஞ்சம் பஞ்சு இருக்கிறது. அது எப்படி என்று தெரியவில்லை. யாரிடமாவது சந்தேகம் கேட்டால், அவரும் 'ஆமா சார்! எனக்குக்கூட வருது! இது எப்படி?' என்று நம்மையே திருப்பிக் கேட்கிறார். அம்மாதிரி யான, கேட்கத்துடிக்கும் கேள்விகளைத் தொகுத்து, தகுந்த இடத்தில் விடை கேட்டுத் தெளிவுபெற்று, அந்த சுவாரசியமான கேள்விகளையும் பதில்களையும் நான்கு புத்தகங்களாகத் தொகுத்திருக்கிறார் ஃபெல்டுமான்.

கேள்விகளுக்கு சில உதாரணங்கள் இவை.

அமெரிக்காவில் 'க்ரீன் கார்டு' என்பது நிசமாகவே பச்சையா?

(இல்லை. ஒரு காலத்தில் பச்சையாக இருந்தது. இப்போது நீலம்.)

வண்ணத்துப் பூச்சிக்குத் தும்மல், இருமல் வருமா?

(வராது. அவைகளுக்கு மூக்கு நம்போல இல்லை. உடம்புதான் மூக்கு.)

பாம்புகளுக்கு தும்மல் வருமா?

(வரும்)

மீன்கள் ஒன்றுக்குப் போகுமா?

(போகும்.)

ஏழைக் குழந்தைகளுக்கு ஏன் வயிறு பெரிசாக இருக்கிறது?

(ப்ரொட்டின் பற்றாக்குறையால்.)

ஒரு சிலந்தி மற்றொரு சிலந்தி வலையில் அகப்பட்டால் தப்பிக்க முடியுமா?

(முடியாது.)

இவ்வாறான கேள்விகள் பல.

ஸ்டிபன்கோல்டு ஆங்கிலத்தில் எளிய அறிவியல் கட்டுரைகள் எழுதுவதில் முதன்மையானவர். அவர் 'Biological determinism' என்பது பற்றி எழுதுகிறார். சென்ற நூற்றாண்டில் வெள்ளைக்கார விஞ்ஞானிகள் தம் இனத்தைச் சேர்ந்தவர்கள், செவ்விந்திய கருப்பர், எஸ்கிமோ இனங்களைவிட உயர்ந்தவர்கள் என்று காட்ட எப்படி விஞ்ஞான ஆராய்ச்சியை ஒரு கருவியாகப் பயன் படுத்தி, முடிவை முன்பே தீர்மானித்து, அதற்கேற்ப பரிசோதனை கள் நடத்தினார்கள் என்பதை 'புட்டுப் புட்டு' வைத்திருக்கிறார். மிகவும் பிரசித்தி பெற்ற மூளை ஆராய்ச்சியாளரான சென்ற நூற்றாண்டைச் சேர்ந்த பால் ப்ரோக்கா என்பவரையும் அம்மாதிரி பாரபட்ச ஆராய்ச்சிக்குக் காய்ச்சுகிறார். மேலும் இந்த நூற்றாண் டில் நடத்தப்படும் 'ஐ.க்யு' பரிசோதனைகள் எல்லாம் உண்மை யான புத்திசாலித்தனத்தைக் கண்டுபிடிப்பதல்ல. அதை வைத்து ஒரு இனத்தை மந்தபுத்தி என்றோ மற்றொரு இனத்தை உயர்ந்தது என்றோ தீர்மானிக்க முடியாது' என்பதையும் நிலைநிறுத்து கிறார்.

அதனால் யாராவது 'உங்கள் 'ஐ க்யு' குறைவு' என்றால் நீங்கள் 'ஹ!' என்று பதில் சொல்லவும். விஞ்ஞான ஆராய்ச்சியில் இந்த

அபாயம் எப்போதும் உண்டு. முடிவைத் தீர்மானித்துவிட்டு, அதற்கேற்ப பரிசோதனைகளை நடத்தி அதன் விவரங்களைக் கூட்டிக் குறைத்து வெளியிடுவது. இதைச் சாதாரண மக்களின் பாஷையில் 'ஃப்ராடு' அல்லது 'ஹம்பக்' என்றும், தூய தமிழில் 'ஒத்லா' என்றும் சொல்வார்கள்.

(சுஜாதாட்ஸ்'லிருந்து)

49

சென்ற வாரம் Imponderables எழுதியிருந்தது நினைவிருக்கலாம். விடை தெரியாத கேள்விகள். உதாரணமாக 'ஆஸ்ப்ரின் எப்படி தலைவலியைக் கண்டுபிடிக்கிறது?' போன்ற கேள்விகள்தான் சுவாரசியமானவை. பதில் அல்ல. ஆஸ்ப்ரின் கேள்விக்குச் சரியான விஞ்ஞானப் பூர்வமாக பதில் சொல்ல வேண்டுமெனில் ஒரு சின்ன ஆராய்ச்சிக்கட்டுரை எழுத வேண்டும். ஆஸ்ப்ரின் மாத்திரையை விழுங்கியவுடன் அது ரத்த ஓட்டத்தில் கலந்து மூளைக்குச் சென்று, 'யாரப்பா இங்க தலைவலி ஏற்படுத்தறது' என்று விசாரித்து, 'போதும் நிறுத்து, உதைப்பேன்' என்று வலியை பயமுறுத்தி நிறுத்துகிறது என்று ஒருவாறு எண்ணிக் கொண்டிருக்கிறோம். தப்பு.

ஆஸ்பரின், வில்லோ என்னும் மரப்பட்டையிலிருந்து ஆரம்பக் காலத்தில் தயாரிக்கப்பட்டது. அதில் ஊறும் சாலிஸிலிக் அமிலத்தின் நிவாரண குணங்கள் 2500 வருஷமாக கிரேக்கர்களுக்குத் தெரிந்திருக்கிறது. 1899லிருந்து பேயர் கம்பெனி அதை ஆஸ்ப்ரின் என்னும் பெயரில் விற்று வருகிறது. ஆஸ்ப்ரின் எப்படி வலியைக் குறைக்கிறது என்பது பற்றி 1969வரை சரியாகத் தெரிந்திருக்க வில்லை. ஜான் வேன் என்கிற ஆய்வாளர் ஆஸ்ப்ரின் மூளையில் மட்டும் அல்ல, நம் ஒவ்வொரு செல்லிலும் சுரக்கும் ப்ராஸ்டோக்ளாண்டின் என்னும் வஸ்துவின் சுரப்பைத் தற்காலிகமாகத் தடுக்கிறது என்று கண்டுபிடித்தார். இந்த ப்ராஸ் டோக்ளாண்டின் பலவித பணிகளில் ஒன்று வலி உணர்ச்சியை அதிகமாக்குவது.

ரத்தக்குழாய்களையும் சற்று அகலமாக்குவது. இதனால் மூளைக்கு ரத்த ஓட்டம் அதிகமாகி வலி பெரிசாக உணர முடிகிறது. எனவே, ஆஸ்ப்ரின் ப்ராஸ்டோ சுரப்பைத் தடுப்பதால் தலைவலி போவதில்லை. தலைவலியை உணராமல் மரக்க...மறக்க வைக்கிறது. இதனால்தான் ஆர்த்ரைட்டிஸ் போன்ற மூட்டுவலிக்கும் ஆஸ்ப்ரின் கொடுக்கிறார்கள்.

இதுவரை தலைவலி எப்படி உற்பத்தியாகிறது என்று விஞ்ஞானி களுக்கு சரியாகத் தெரியவில்லை. ஆயிரக்கணக்கான ஆராய்ச்சிக் கட்டுரைகள் உள்ளன.

★

தமிழ் சினிமா கதாநாயகிகள் பற்றிச் சில பதிலற்ற கேள்விகள் எனக்கு உள்ளன. அவை இவை:

ஏன் எந்தக் கிராமமாக இருந்தாலும் கதாநாயகி மட்டும் அரை டிராயர் போட்டுக் கொண்டு அல்லது குட்டைப்பாவாடையில் உலவுகிறாள்?

பாடல் காட்சிகளில் தொப்பலாக உள்ளாடை தெரிய நனை கிறாளே ஜலதோஷம் பிடிக்காதோ?

ஒரு காட்சியிலாவது 'அஸ்க்' என்று தும்மக்கூடாதா?

ஏன் அவள், படத்தில் முதன் முதல் தோன்றும்போதெல்லாம் ஸ்லோ மோஷனில் வருகிறாள்?

ஏன் எப்போதும் கதாநாயகனுடன் மோதிவிட்டுத்தான் காதல் பண்ணுகிறாள்?

எப்படி திடீர் என்று பாதி டூயட் பாடும்போது சிம்லா, ஆல்ப்ஸ் மலை, பாங்காக் என்று நான்கு வரிக்குள் பரதேசம் போக முடிகிறது?

இவ்வகையில் கைவசம் நாற்பது கேள்விகள், கதாநாயகிக்கே உள்ளன. வில்லன், நாயகன், பின்னணிப் பெண்கள் பற்றிய கேள்விகளும் உள்ளன.

இண்டர்நெட்டில் பார்த்த இந்தப் பழைய ஜோக்கை நீங்கள் கேட்டிருக்கலாம். சொர்க்கத்தில் நுழைய இரண்டு வாசல்கள் இருந்தன. ஒன்றில் 'பொண்டாட்டி பேச்சை எப்போதும்

கேட்டவர்கள் இந்த வரிசையில் நிற்கவும்'. மற்றதில் 'பொண் டாட்டி பேச்சைக்கேட்காதவர்கள் நிற்கவும்'' என்று எழுதியிருந்தது. முதல் வாசலில் நுழைய மைல் கணக்கில் க்யு வரிசை நின்று கொண்டிருக்க, மற்றதில் ஒரே ஒரு ஆசாமி மட்டும் பின் கையைக் கட்டிக் கொண்டு நின்றுகொண்டிருந்தான்.

பேரேடு புத்தகத்துடன் வந்த சொர்க்காதிகாரி அவனை அணுகி, 'நீ நிசமாகவே இந்த வரிசையில்தான் நிக்க விரும்பறீங்களா?'

'ஆமாங்க. என் பொண்டாட்டிதான் இங்க நிக்கச் சொன்னாங்க.'

50

‘கே டிவி’யில் என்னைப் பேட்டியெடுக்க விரும்பினார்கள். ‘கவலைப்படாதீர்கள் சார்! உங்கள் புத்தகத்தைப் படித்தவர்தான் பேட்டியெடுப்பார்’’ என்றதால், அரை மனத்துடன் ஒப்புக் கொண்டேன். சன் டிவி நிறுவனத்தின் கொண்டாட்ட சானல் இது. இந்த வாரம்தான் புதிதாகப் பிறந்திருக்கிறது. இருபத்து நாலு மணிநேரமும் இன்பம், கொண்டாட்டம் என்றெல்லாம் ஆரவாரமான விளம்பரத்துடன் தொடங்கியிருக்கிறது. ஆரம்பத்திலேயே ரஜினிகாந்த் படம் பாட்ஷா, உள்ளத்தை அள்ளித்தா என்று அட்டகாசமான தொடக்கம்.

இந்தச் சமயத்தில் தமிழில் தொலைக்காட்சியின் நிலையைப் பற்றிக் கொஞ்சம் யோசிக்கத் தோன்றுகிறது. இந்தியைவிட அதிகமான சானல்கள் தமிழில் இருக்கின்றன. சன், ஜெயா, ராஜ், விஜய், பாரதி, தூர்தர்ஷன் இவைகளுடன் ஊருக்கு ஊர் ஒன்றிரண்டு லோக்கல் கேபிள் சானல்கள். சீயக்காய்ப்பொடி, கம்ப்யூட்டர் கிளாஸ் விளம்பரங்களுடன் நாள் முழுவதும் சினிமாப் பாட்டு போடும் கேபிள் சானல்களும் உள்ளன. மக்கள் ஒரு வகையான விரல் வீக்கத்தில் இருக்கிறார்கள். எதைப் பார்ப்பது, எதைத் தவிர்ப்பது என்று தெரியாமல். அழகர்மலைக் குரங்குபோல் சானலுக்கு சானல் தாவி, இதில் பத்து செகண்டு, அதில் அஞ்சு செகண்டு என்று நிம்மதியற்று அலைகிறார்கள். குடும்பத்தினரிடையே சானல் தேர்ந்தெடுப்பில் சண்டையெல்லாம் வந்து ஆர்.ஏ.புரத்தில் ஒன்று டைவோர்ஸ் ரேஞ்சுக்குப் போயிருக்கிறது.

டி.வி குழப்பத்தில் பைத்தியம் பிடிக்காமல் இருக்க, சில அரிய யோசனைகள் தர விரும்புகிறேன்.

1. தமிழ்நாட்டில் இருப்பது ஒரே ஒரு சானல்தான் என்பதை நீங்கள் முதலில் அறிந்துகொள்ள வேண்டும். பெயரும், ஆரம்ப ஆரவார சங்கீதமும்தான் வேறுபடுகின்றனவே தவிர, உள்ளடக்கத்தில் இவை அனைத்தும் ஒன்றுதான் என்பதை உணர வேண்டும். அதனால் ஒரு சானலைப் பார்ப்பதாலோ, பார்க்காததாலோ ஒன்றும் குடி முழுகிப் போய்விடாது.

2. மெகாத் தொடர்கள், திருப்பாலியூர் பாசஞ்சர் வண்டிபோல. எப்போது வேண்டுமானாலும் ஏறிக்கொள்ளலாம், இறங்கிக் கொள்ளலாம். எட்டு வாரம் விட்டுப் பார்த்தாலும் கதை கால் இன்ச் கூட நகர்ந்திருக்காது. சமீபத்தில் சித்தி 514வது எபிசோடு பார்த்தேன். பளிங்கு மாதிரி புரிந்தது. போதாக்குறைக்கு நடந்த கதையை ஆரம்பத்தில் காட்டுவார்கள். அவ்வப்போது பேச்சிலும் முன்கதை அடிபடும்.

3. கவுண்ட் டவுன், டாப்டென் போன்ற நிகழ்ச்சிகள் எந்த நேரத்திலும் ஏதாவது சானலில் இருக்கும். அடையாளம், ஒரு இளம் பெண் கையால் பேசிக்கொண்டிருப்பாள். டோன்ட் மிஸிட், பை பை போன்ற தூய தமிழ் வார்த்தைகள் இருக்கும். அதே வித்யாசாகர், அதே ஹாரிஸ் ஜெயராஜ்தான். நம்பர்தான் மாறும்.

4. 'அடடா... இந்த நிகழ்ச்சியைத் தவற விட்டுவிட்டோமே!' என்கிற வருத்தம் ஏற்படவே ஏற்படாது. காரணம், புத்தக விமரிசனம் அல்லது அறிவார்ந்த பேட்டி, அறிவியல் விஷயங்கள் எந்த சானலிலும் சுத்தமாகக் கிடையாது.

5. சினிமாவைத்திட்டிக் கொண்டே சினிமாவைச் சார்ந்திருக்கும் இந்த நிகழ்ச்சிகளில் விளம்பரங்கள் சில சமயங்களில் சுவாரசியமாக இருக்கும். காரணம், பத்து செகண்டு விளம்பரத்துக்கு எண்பது லட்சம் செலவழிக்கும் பன்னாட்டு நிறுவனங்கள் இருக்கின்றன.

6. 'ம்யூட்' என்கிற பட்டனை அடிக்கடி பிரயோகிக்கவும். ரொம்ப தமாஷா இருக்கும்.

7. வீட்டுக்கு அதிதி வந்தால், உடனே டி.வியை அணைத்து விடுவது தர்ம நியாயம்.

8. பவர்கட் அல்லது கேபிள் கட் போன்ற நேரங்களில் டிவி பார்க்காததால் ஒரு மாதிரியான கோபம் வரும். டையாஸிபாம் வைத்துக்கொள்ளவும். யாரைப் பார்த்தாலும் எரிந்து விழத் தோன்றும். இந்தச் சமயங்களில் புத்தகம் படிப்பது நல்லது. அல்லது கடற்கரை அல்லது பார்க்கில் போய் உட்கார்ந்து பிரபஞ்சத்தின் முடிவை யோசிக்கலாம்.

9. ஒரு நாளைக்கு ஒரு முறை சன் நியூஸ். ஒரு முறை ஸ்டார். ஒரு முறை பி.பி.சி. ஒரு முறை சிஎன்என். கிரிக்கெட் இருந்தால் ஆரம்ப ஓவர்கள், கடைசி ஓவர்கள் பார்க்கவும்.

10. தொடர் கதை எதையும் பார்க்க வேண்டியதில்லை. வேலைக்காரியைக் கேட்டால் கதை சொல்லிவிடுவாள். க்விஸ் ப்ரொக்ராம்கள் எதுவாக இருந்தாலும் பார்ப்பேன். எச்பிஓ, ஸ்டார் மூவிஸ் போன்றவர்கள் ஒரே படத்தை ஒரு மாதத்தில் இருபது தடவை போடுவார்கள்.

11. தமிழ்ப் படங்கள் அனைத்தையும் அப்படி ஒரு வருஷத்தில் பார்த்துவிடலாம். நான் பழைய சந்திரபாபு... நாகேஷ், படங்கள் நிச்சயம் பார்ப்பேன். பொதுவாக டீ.வியை அதற்குரிய அற்பமான இடத்தில் வைத்தால் அதில் சில நல்ல விஷயங்களை மட்டும் எடுத்துக்கொள்ள இயலும். அதுவே கதியென்றால் கூடிய விரைவில் கை நடுங்க ஆரம்பிக்கும்.

51

'இணையம்' என்கிற சொல் இண்டர்நெட்டுக்கு உரிய சொல்லாக மெல்லப் பழக்கத்தில் வந்துவிட்டது. இணைத்தல் என்று பொருள்பட இந்த வார்த்தை முதலில் திருமுருகாற்றுப் படையில் பயன்பட்டது. ('இணைக்கோதை') சங்ககாலச் சொல் ஒன்று இன்று இன்டர்நெட்டுக்குப் பயன்படுவது மகிழ்ச்சிக்குரிய விஷயம்.

வெப் என்பதற்கு வலை, வலைப்பின்னல் என்பதைப் பயன் படுத்துகிறார்கள். WWW.இண்டர்நெட்டின் மந்திர வார்த்தை களில் ஒன்றான WORLD WIDE WEB என்பதன் முதல் எழுத்துச் சுருக்கம். இதை 'வையக விரிவு வலை' என்று அழகாகச் சொல் கிறார்கள்.

'சைபர்ஸ்பேஸ்' (Cyberspace) என்பதற்கு 'மின்வெளி' எனலாமா? சைபர்ஸ்பேஸ் என்கிற வார்த்தையே வில்லியம் கிப்சன் என்னும் விஞ்ஞானக் கதாசிரியர் எழுதிய ந்யூரோமான்ஸர் என்கிற நாவலில் முதலில் பயன்படுத்திய வார்த்தை. தமிழில் சொற்களுக்குப் பஞ்சமில்லை என்பதை விளக்கவே இத்தனை விவரங்கள் கொடுக்கிறேன்.

இணை என்கிற சொல்லே எத்தனை வகையில் பயன்படுகிறது பாருங்கள்.

அசைதல், ஒத்துப்போதல், இரட்டை, சகாயம், கூந்தல், எல்லை (இணையில் இன்பமுடையோய் நீ என்கிற சீவகசிந்தாமணி

பிரயோகத்தில் எல்லை என்கிற பொருளில் வருகிறது), இதிலிருந்து கிளைத்து இணைக்கை, இணைக்குறளாசிரியப்பா, இணைக்கோணம், இணைக் கொடைப்பொருள் (சுபகாலத்தில் தம்பதிகளுக்கு உற்றார் முதலியோர் கொடுக்கும் பொருள்), (நன்றி: லெக்ஸிக்கன்), இணைத்தொடை, இணைப்பு(சமம்), இணைபிரியாமை, இணைப்பட்டப் பலகை (இரட்டைக்கோடு காட்டும் கருவி).

இவ்வாறு தோண்டத் தோண்டத் தங்கம் வரும் சங்க காலச் சொற்கள் பல உள்ளன.

தமிழில் சொல்வளம் இல்லை என்கிறவர்களை பின்லேடனிடம் ஒப்படைக்க வேண்டும்.

சேஷாசலம், 'ஆகாசம்பட்டு' என்கிற தொகுப்பில் எழுதியுள்ள நேரிசை வெண்பாக்கள் புதுக் கவிஞர்களிடம் பிரசித்தம். தளை தட்டாத நேரிசை வெண்பா வடிவில் நவீனக் கவலைகளைச் சரளமாகச் சொல்லக்கூடிய திறமை எப்போதும் என்னை வியப்பில் ஆழ்த்தியிருக்கிறது. மரபுக் கவிதை சாகவே சாகாது. சேஷாசலம் குத்து மதிப்பாக ஓசை வடிவை வைத்துக்கொண்டு வெண்பாவை அமைத்தார் என்று கேள்விப்பட்டேன். புதுமைப் பித்தனும் இந்த முறையைக் கையாண்டார். 'பப்படத்துக்காரி பார்வதியின் அத்தைமகள் அப்படித்தான் சொன்னாள் அன்றைக்கு' என்று அவர் எழுதியதை 'பப்படத் துக்காரி' என்றும் 'சொன்னாளன் றைக்கு' என்று பிரித்தால் தளைதட்டாது.

இனி, சேஷாசலம் - ஓரிரு உதாரணங்கள்:

சிறகு கொடு வர்ணமெல்லாம் வேணுமென்பதில்லை சருகு கொடு, வேணாம் விறகு! - பருகுவதற்குப் பானமெல்லாம் வேணாமே தண்ணீர் கொடுபோதும் நான் சமாளிக்க மாட்டேனா! (கடைசி வரியை 'நான்சமா ளிக்கமாட்டே னா' என்று பிரித்தால் தளை தட்டாது.)

நாலிலே மூணுபங்கு நானிலமே தண்ணீராம்
பாலிலே பார்த்தாலே தெரியுதே - பால்காரர்க்கு
உண்ணிப் பிரச்னை உள்ளதோ இல்லையோ
தண்ணிப் பிரச்சனைஇல் லே!

சேஷாலத்துக்கு, சமகாலக் காளமேகப் புலவர் என்கிற பட்டம் கொடுக்கலாம்.

52

திருநெல்வேலியில் கூட்டங்களுக்குச் செல்ல நான் சம்மதிப்பதற்கு ஒரு காரணம் வைணவ நவ திருப்பதிகளைத் தரிசிக்கும் வாய்ப்பு.

இந்த நவ திருப்பதிகள் என்பவை தென்பாண்டி நாட்டில் சுமார் முப்பது கிலோ மீட்டர் சுற்றளவுக்குள் உள்ள ஒன்பது புராதன வைணவக்கோயில்கள். தாமிரபரணி ஆற்றின் வடகரையில் ஆறும், தென்கரையில் மூன்றும் உள்ளன. அவை ஸ்ரீ வைகுண்டம், நத்தம், திருப்புளியங்குடி, திருக்குளத்தை, தொலைவில்லி மங்கலம், தென்திருப்பேரை, திருக்கோளூர், ஆழ்வார் திருநகரி. தொலைவில்லி மங்கலம் என்கிற இரட்டைத் திருப்பதி. ஆழ்வார் பாடல்களில் அதன் பெயர் தொலைவில்லி மங்களம் என்றாலும், அதை துலைவில்லி மங்கலம் என்று கொண்டு தலபுராணம் அமைத்திருக்கிறார்கள். முனிவரால் சபிக்கப்பட்டு தராசு ரூபத்தில் (துலை), வில் வடிவத்திலும் இருந்த தேவனும், தேவதையும் சாப விமோசனம் பெற்ற தலம் என்கிறார்கள். இன்று அதை இரட்டைத் திருப்பதி என்கிறார்கள். அருகருகே இரு கோயில்கள் மிகவும் சிதிலமான நிலையில் இருக்கும் கோயில்களை இப்போது 'டி.வி.எஸ்.' வேணு ஸ்ரீனிவாசன் தலைமையில் ஒரு குழு பொறுப்பேற்று, மிக விரைவாக புனருத்தாரணம் பண்ணிவிட்டார்கள்.

'துவளில் மாமணி மாடம் ஓங்கு தொலைவில்லி மங்கலம் தொழ' என்று நம்மாழ்வார் பதினொரு பாடல்கள் பாடியிருக்கும் இந்த

ஸ்தலத்தின் சிதில நிலையைப் பார்த்தால், 'நமக்கெல்லாம் பழைமையிலும் தொன்மையிலும் மரியாதையே ஏன் இல்லை?' என்று யோசிக்கத் தோன்றுகிறது. அதுவும் தமிழ்நாட்டில்தான் இப்படி. (மற்ற மாநிலங்களில் இத்தனை பெரிய கோயில்கள் அரியன) இதன் மிக ஆழமான காரணம், இடையே வந்த திராவிட அரசியலாளரின் நாத்திகமும், அலட்சியமும்தான் என்று சொல்லவேண்டும். அனைத்தும் எட்டாம் நூற்றாண்டுக் கோயில்கள். பெருமாளின் பெயர் தேவபிரான், அரவிந்த லோசனன். ஸ்ரீ வைகுண்டத்திலிருந்து தாமிரபரணி ஆற்றின் வடக்கு கால்வாய் ஓரமான பாதையில் சென்றால் பெருங் குளத்துக்கு ஒரு கி.மீ அருகில் இரண்டு கோயில்கள் இவை. திருக்கோளூர் என்பது திருநெல்வேலி திருச்செந்தூர் பாதையில் நாசரேத் செல்லும் கிளையில் திரும்பிய உடன் வருகிறது. முகப்பு மிகவும் சிதைந்த நிலையில் இருந்தாலும், உள்ளே கோயில் விஸ்தாரமான மண்டபங்களுடன் பெரிய சன்னிதியுடன் அதிகம் சேதமில்லாமல் இருக்கிறது. பெருமாள் பெயர், வைத்தமாநிதிப் பெருமாள்.

'உண்ணும் சோறு பருகுநீர் தின்னும் வெற்றிலையுமெல்லாம் கண்ணன் எம்பெருமான்' என்று தொடங்கும் மிக அழகான, முக்கியமான - நம்மாழ்வார், பாசுரங்கள் பத்து இந்தக் கோயிலின் மேல்பாடியிருக்கிறார். குபேரன், பார்வதியை யார் என்று தெரியாமல் அவள் அழகைப் புகழ்ந்ததாகவும், பார்வதி கோபம் கொண்டு அவனைக் குரூபியாகச் சபித்ததாகவும், அவனைவிட்டு ஒன்பது நிதிகளும் இந்தத் தலத்துக்கு வந்து தவம் இருந்தன என்றெல்லாம் கதைகள் உண்டு.(தலபுராணம் எழுதியவர்கள் தாம் தமிழின் முதல் சிறுகதை எழுத்தாளர்கள்.) இந்தக் கோயிலின் முகப்பை மட்டும் சற்றே புதுப்பித்துவிட்டால் போதும். இவையனைத்தும் நம்மாழ்வார் காலத்துக் கோயில்கள் (கி.பி. 760 - 835) இத்தனைத் தொன்மையுள்ள கோயில்களை நாம் இன்று வைத்திருக்கும் நிலைமையைக் காணில் நாஸ்திகர் களுக்குக்கூட கண்ணீர் வரும். இவைகளை அதிக ஆரவார மில்லாமல் சிரத்தையோடு புதுப்பித்திருக்கும் வேணு ஸ்ரீனி வாசன் அவர்களை எவ்வளவு பாராட்டினாலும் தகும்.

53

'ஆளவந்தான்' பற்றி நான் கமலுக்கு எழுதிய கடிதம் இது.

சென்னை

19.11. 2001

அன்புள்ள கமல்,

'ஆளவந்தான்' ப்ரீமியர் ஷோவைப் பார்த்ததும் உங்களுக்கு இந்தக் கடிதத்தை எழுதுகிறேன். டெலிபோன் செய்தபோது நீங்கள் பம்பாய் சென்றிருப்பதாக ஷண்முகம் சொன்னார். படத்தைப் பற்றிய என் கருத்துக்களை உடனே பதிவு செய்து கொள்ளத் தோன்றியதால் இந்தக் கடிதம். முதலில் வாழ்த்துகள். தமிழ் சினிமாவில் ஹாலிவுட் தரத்தைத் தொழில் நுட்பத்திலும் சண்டைக் காட்சிகளிலும் கிராஃபிக்ஸ் பயன்பாட்டிலும் கொண்டுவர முடியும் என்று நிரூபித்தற்காக. நாம் அவர்களுக்கு எந்த விதத்திலும் குறைவானவர்கள் அல்ல என்பதை நிலை நாட்டியது இந்தப் படத்தின் மிகப்பெரிய சாதனை என்று சொல்வேன். குறிப்பாக, சினிமாவின் எல்லாச் சாத்தியக் கூறுகளையும் கதை சொல்லும் முறையில் பயன்படுத்தி ஒரு விதமான Cult film சில சமயம் Freak out மாதிரி இருக்கிறது படம். இதில் தாங்கள் நடிக்கும் பாத்திரத்தில் விஜய் நடிப்பு இயல்பாகவும் நந்தகுமாரின் நடிப்பு அச்சமூட்டுவதாகவும் இருந்தது.

இத்தனைச் சிறப்புகள் இருந்தும், கதையில், திரைக்கதையில் நீங்கள் அதிகம் சிரத்தை காட்டவில்லை என்பது தெளிவாகத் தெரிகிறது. ஒரு கதாசிரியன் என்ற கோணத்தில் எனக்கு ஏற்பட்ட குழப்பங்கள் இவை:

நந்து ஏன் பெண்களை ஒரு misogynist என்று சொல்லும் அளவுக்கு வெறுக்கிறான். பெண்களைக் கண்டாலே கத்தியைத் தூக்குகிறான். கொல்ல வேண்டும் நினைக்கிறான் என்பது பின்னால் ஃப்ளாஷ்பேக்கில்தான் தவணை முறையில் தெளிவுபடுத்தப்படுகிறது. ஃப்ளாஷ் பேக் லேட்டாக வருகிறது. மேலும் அதில் காணப்பட்ட சம்பிரதாயமான சித்தி கொடுமையும் காட்சிகளும் அவசரமாக மனத்தில் பதியாமல் எடுக்கப்பட்டதால் நந்துவின் மேல் sympathy வருவதற்குப் போதுமானதாக இல்லை. இது படத்தின் மிகப்பெரிய குறை. இதனால் பெண்கள் இந்தப் படத்துக்குப் போகத் தயங்குவார்கள். ஃப்ளாஷ்பேக்கை சற்று முன்பே இன்னும் அழுத்தமாக வைத்திருக்க வேண்டும்.

விஜய்யும் அவன் மனைவியும் முதலில் சந்திக்கச் சென்றபோது அவன் பெண்களைப் பற்றி வக்கிரமாகப் பேசுவது அவளைத் திடுக்கிட வைக்கிறதைத் தொடர்ந்து ஒரு காட்சியில், 'நந்து ஏன் இந்தமாதிரிப் பெண்களை வெறுக்கிறான்' என்று அவளைக் கேட்க வைத்து இன்னும் கொஞ்சம் பிடிப்பாகக் காரணம் சொல்லப்பட்டிருந்தால் அவன் மேல் அனுதாபம் வந்திருக்கும்.

ஒரே படத்தில் பல விஷயங்களைச் சொல்ல வேண்டும், பல திறமைகளைத் தொழில்நுட்பங்களைக் காட்ட வேண்டும் என்கிற உங்கள் பரபரப்பினால் படம் நிச்சயம் பல இடங்களில் பாதிக்கப்படுகிறது. அவை இவை:

மாமாவின் தொண்டை கான்சரும், அதனால் அவர் கருவி மூலம் பேசுவதும் ஒரு அனாவசியமான கவனக் கலைப்பு.

தோடா இனத்தவர் வாழ்க்கை முறை, அவர்கள் டைலக்ட் இதுவும் சரியாகப் பயன்படுத்தப்படவில்லை. drugs hallucinations இவைகளை stylistic ஆகப் பயன்படுத்துவதால் குழப்பம்தான் அதிகமாகியது. இதனால் படத்தைப் பார்த்த சாதாரண ஜனங்கள் படம் புரியவில்லை என்று சொன்னார்கள். மனிஷா கொய்ராலாவை ஒரு காட்சியில் அறிமுகப்படுத்தி விட்டு, அடுத்த காட்சியில் நடனம் ஆடிவிட்டு, அதற்கடுத்த

ஒரிரு எண்ணங்கள் / 167

காட்சியில் வன்முறை அதிகமிருப்பதால் Cartoon comic strip முறையில் கொன்றுவிடுவது திரைக்கதையின் பாத்திரப் படைப்புக்கான எளிய விதிகளை மீறுகிறது. guest appearance காரணம் என்றால் அவளைக் கொன்றிருக்கவே வேண்டாம். இதே போல் கதையில் விஸ்தாரமாகக் காட்டப்பட்டு, பயன்படுத்தப்படாத விஷயம் நந்து செத்துப் போய்விட்டான் என்று கடித்துக் குதறி, தலையை வெட்டி, அதிகாரிகளை விஸ்தாரமாக நம்ப வைப்பது விரயமாகிவிடுகிறது. அடுத்த சீனிலேயே விஜய் 'நந்து செத்துப் போயிருக்க மாட்டான்' என்று சொல்லிவிடுகிறான்.

சண்டைக் காட்சிகளும் துரத்தல் காட்சிகளும், பரபரப்பாக இருந்தாலும் கிராஃபிக்ஸ் போன்ற உத்திகள் பிரமாதமாக இருந்தாலும் கதையின் பலவீனத்தினால் அவைகள் மனத்தில் பதியாமல் விரயமாகிவிடுகின்றன. hindsight is always 20/20 என்பார்கள். படம் ரிலீசாகி ஓடிக்கொண்டிருக்கும் நிலையில், இந்த விமரிசனம் தேவையற்றதாகத் தெரியலாம். மேலும் இதன் குறைகளுக்கு முழுப் பொறுப்பும் உங்களுடையதுதான் என்று சொல்லமாட்டேன். சினிமா எடுப்பதின் மற்ற அவஸ்தைகளும், இடைவெளியில் தங்களுக்கு ஏற்பட்ட அதிர்ச்சிகளும் மன உளைச்சல்களும் தாமதங்களும் முடிக்க வேண்டிய கட்டாயங் களும் காரணங்களாக இருக்கலாம்.

ஆனால் ஒரு முழுசான, மனநிறைவான படத்தை இந்தப் படம் தங்களிடமிருந்து இப்பவும் எதிர்பார்க்க வைக்கிறது என்பது மட்டும் நிஜம். 'பம்மல் கே சம்பந்தம்', 'நரன்' போன்ற படங் களில் அதை நிச்சயம் பார்க்க முடியும் என்கிற நம்பிக்கையுடன்.

அன்புடன்

சுஜாதா.